असा आहे जीएसटी कायदा

अद्ययावत सुधारणांसह

ॲड. गोविंद पटवर्धन

हिंदी व गुजराथी भाषांमध्येही उपलब्ध

सकाळ प्रकाशन

असा आहे जीएसटी कायदा
अद्ययावत सुधारणांसह

© ॲड. गोविंद पटवर्धन
यशश्री, ४२५/७०, टिमवि कॉलनी, पुणे - ३७
फोन : २४२६२६८९/मो.९८२२०४८८१०

प्रथम आवृत्ती : जानेवारी २०१७

द्वितीय आवृत्ती : एप्रिल २०१७

अद्ययावत आवृत्ती : जुलै २०१७

अक्षरजुळणी : सकाळ पुस्तक प्रकाशन, पुणे

मुखपृष्ठ : शिवदास मोरे, पुणे

प्रकाशक :
सकाळ पेपर्स प्रा. लि.
५९५, बुधवार पेठ, पुणे ४११ ००२

ISBN : 978-93-86204-66-0

अधिक माहितीकरिता

०२०-२४४० ५६७८/८८८८८ ४९०५०
sakalprakashan@esakal.com

जीएसटीचा कायदा अंमलात आला असला तरी त्यामध्ये कोणते ना कोणते बदल होऊ शकतात. नियमावली, नोटिफिकेशन, स्पष्टीकरणे जाहीर केली जातील. वेळोवेळी त्यात बदल केले जातील. जीएसटी हा नवीन कर आहे. या पुस्तकाचा हेतू जीएसटीची सोप्या भाषेत माहिती देणे, एवढाच आहे. शासकीय आणि कायदेशीर, काटेकोर शब्द वापरलेले नसले तरी माहिती अचूक असावी याची काळजी घेतली आहे. मात्र कोणताही व्यावहारिक निर्णय घेताना कायद्याचा मूळ मसुदा वाचून, योग्य तो सल्ला आणि काळजी घ्यावी. लेखक आणि प्रकाशक हे त्यास जवाबदार असणार नाहीत.

सामान्य नागरिकांचे प्रश्न हाच धर्म मानून ज्यांनी कामगार चळवळीचे काम केले,
ते माझे वडील कै. यशवंत उर्फ भाऊ पटवर्धन
आणि
फारसे न बोलता कृतीतून शिक्षण देणारी माझी मृदुभाषी आई कै. इंदुमती पटवर्धन
यांच्या स्मृतीस सादर अर्पण !

मनोगत

भारतीय राज्यघटनेने केंद्र आणि राज्य शासनांना कर लावण्याचे वेगवेगळे विषय आणि अधिकार दिले आहेत. दोन्ही शासनांच्या महसुलाच्या गरजा त्यातून भागाव्यात, हा उद्देश आहे. दोन्ही शासन त्यांना हवा तसा कर लावत असल्याने व्यापारवृद्धीला अडथळा निर्माण होत आहे. केंद्राच्या व राज्यांच्या करांना एका सामाईक बंधनात अडकवणे गरजेचे आहे, असा सल्ला आर्थिक धर्मगुरूंनी दिला. केंद्र आणि राज्य या दोन्ही पक्षांनी हे बंधन स्वीकारल्यास काय होईल, याची शहानिशा करण्यासाठी काही वेळ घेतला. त्याबद्दल प्राथमिक खात्री झाल्यावर घटना दुरुस्ती झाली. सध्या प्रचलित असलेल्या विविध अप्रत्यक्ष कर कायद्यांच्या कक्षेत जे नोंदणीकृत व्यापारी येतात, त्यांना जीएसटीखाली नावनोंदणी करा, अशी पूर्वसूचना देण्यात आली. जीएसटी कायद्याची पूर्वतयारी अशाप्रकारे दोन्ही बाजूंनी सुरू आहे. कोणी कोणती कामे करायची, याचे प्रशिक्षणही सुरू आहे.

जीएसटीमुळे सर्व नागरिकांवर, विशेषतः स्वतंत्र व्यवसाय करणाऱ्यांवर दूरगामी परिणाम होणार आहे. म्हणून केंद्र आणि राज्य शासनाइतकीच किंबहुना त्यापेक्षा जास्त उत्सुकता नागरिकांना विशेषतः व्यापारी, उद्योजक, व्यावसायिकांना आहे.

जीएसटी या वर्षी लागू होणार, याबद्दल संदेहास जागा नाही. हा कायदा लागू होणे अपरिहार्य आहे. जीएसटी कायदा कसा असेल याबद्दल विविध माध्यमांतून चर्चा चालू असते. पण छोट्या आणि मध्यम व्यापारीवर्गाला त्यातून फारसा बोध होत नाही. जीएसटीमुळे कोणता फायदा होणार, कोणता त्रास होणार, हे समजावे, अशी सारेच अपेक्षा करीत आहेत. पण त्यासाठी पाऊस येण्यापूर्वी शेतकरी जसा जमीन

कसून तयार ठेवतो, तसे सर्व व्यापारी-उद्योजकांनी केले पाहिजे. जीएसटी लागू होण्यास अजून काही कालावधी आहे. या वेळेचा उपयोग नवीन प्रणाली समजून घेऊन, होणारा बदल सुखकारक कसा होईल, यासाठी केला पाहिजे. हा जो संक्रमण काळ आहे तो खूप महत्त्वाचा आहे.

सध्या अस्तित्वात असलेले बहुतेक कायदे हे ब्रिटीश काळात तयार झालेले आहेत. त्यांचा हेतू भारतीय व्यापारावर निर्बंध घालावेत, असा होता. देश स्वतंत्र झाल्यावर वेगळा विषय घेऊन महत्त्वाचा, क्रांतिकारी आणि दूरगामी परिणाम होणारा कायदा भारतीय व्यापार वाढवण्यासाठी असला पाहिजे. कायदे मंडळाला ही एक मोठी संधी होती, ती त्यांनी वाया घालवली आहे, असे दिसते. कायद्याचा मसुदा कट पेस्ट पद्धतीने केल्याचे जाणवते. महाराष्ट्र हे भारतातील औद्योगिकदृष्ट्या सर्वात प्रगत राज्य असले तरी दिल्लीत राज्याचा काही प्रभाव आहे, असे दिसत नाही. केंद्रशासनाने देखील सामान्य लोकांना हा विषय समजावा, म्हणून FAQ प्रसिद्ध केले असून अनेक प्रादेशिक भाषांमध्येही ते प्रसिद्ध केले आहेत. त्यात देखील मराठी भाषेला वगळले आहे. ही उणीव हे पुस्तक भरून काढेल, असा विश्वास आहे.

व्यापार करताना अनेक निर्णय हे कोणत्या व्यवहारावर किती कर आहे, यावर अवलंबून असतात. त्यासाठी आत्ताचे कर आणि जीएसटीमध्ये काय फरक आहे, हे जाणून घेणे गरजेचे आहे आणि ते व्यवहार ठरविण्यापूर्वीच माहिती असले पाहिजे. कर या विषयाचा एक अभ्यासक म्हणून व्यापारी, उद्योजकांना तसेच इतर संबंधित लोकांना 'जीएसटी' या विषयाची तोंडओळख व्हावी, त्यातील अधिक उणे याची जाणीव व्हावी, व्यापारी आणि अन्य करदात्यांनी जीएसटीच्या स्वागताची पूर्वतयारी केली पाहिजे असे प्रकर्षाने जाणवले. करसल्लागार म्हणून जो अनुभव गाठीशी आहे, त्याचा उपयोग करण्याची हीच वेळ आहे. तसेच मी १९८० पासून रोटरीचा सभासद असल्याने प्रत्येक सभासदाने व्यवसायातून सामाजिक सेवा द्यावी, या अपेक्षेची पूर्तता करण्याची संधी आहे, असे समजून लिखाण सुरु केले.

कायद्याचा मूळ मसुदा इंग्रजीत असतो. कायद्याची भाषाही किचकट असते. त्यामुळे सामान्य नागरिकाला, व्यापाऱ्यांना करकायदे अनाकलनीय वाटतात. कायदा वाचला तरी अनेक प्रश्न मनात उठतात. या पुस्तकाचा हेतू जीएसटीची तोंडओळख व्हावी आणि त्यासाठीची पूर्वतयारी करता यावी, हा आहे. म्हणून प्रश्न आणि त्यांचे उत्तर अशा स्वरूपात पुस्तकाचे लेखन केले आहे. याशिवाय ज्या नमुना जीएसटी कायद्याच्या आधारे हे पुस्तक लिहिले आहे, त्या नोव्हेंबर २०१६ मध्ये प्रसिद्ध केलेल्या *Model GST Law* मधील संबंधित भागही जसाच्या तसा दिला आहे. जेथे जेथे आवश्यक आणि शक्य आहे तेथे उत्तराच्या शेवटी नमुना कायद्यातील कलमाचा संदर्भ दिला आहे. त्यामुळे मूळ इंग्रजीतील तरतुद काय आहे हे वाचता येईल. विषय समजणे सोपे जावे, हा उद्देश त्यातून सफल होईल, अशी आशा आहे.

या पुस्तकाच्या वाचकांना जीएसटी फलदायी ठरो, हीच हार्दिक शुभेच्छा !

तिसऱ्या आवृत्तीच्या निमित्ताने

फेब्रुवारी मध्ये पहिली आवृत्ती प्रसिद्ध झाल्यापासून जीएसटी आणण्यासाठी आवश्यक कायदेशीर पूर्तता करण्यासाठी शासनाने वेगाने पाऊले उचलली. एप्रिलमध्ये दुसरी आवृत्ती काढली. केंद्राचे कायदे संमत झाले, राज्य शासनांनी कायदे करणे आवश्यक होते. १ जुलै २०१७ पासून कर लागू करण्याची घोषणा झाली तरी तसे होणे अशक्य आहे असा सर्वसाधारण सूर होता. शिवाय घाई करू नये, तयारीसाठी पुरेसा वेळ द्यावा अशी उद्योजकांची मागणी देखील होती. १८ जूनची जीएसटी कौन्सिलची मिटिंग झाली, केंद्र शासनाने ३० जुन २०१७ रोजी लोकसभेचे अधिवेशन नक्की केले आणि अतिशय वेगाने चक्र फिरू लागली. व्यापारी रोजच्या रोज शासनच्या वेबसाईट वर अनेक नियम, उपनियम, नोटिफिकेशन त्यात दुरुस्त्या याचा अक्षरशः पाऊस पडायला सुरुवात झाली. राज्य शासनाची तारांबळ झाली. दोन्ही कायद्या खालील नियम, फॉर्म याच्यात ताळमेळ अजूनही बसलेला नाही. अपुऱ्या तयारीने शासनाने उडी घेतली आहे. व्यापारी संभ्रमात आहेत.

नमुना कायदा आणि प्रत्यक्ष जो जीएसटी कायदा संमत झाला त्यात फार मोठा बदल झालेला नाही. परंतु काही बदल केले आहेत. मात्र कोणती तरतूद कोणत्या कलमात आहे यात अनेक बदल झाले आहेत. त्यामुळे पुस्तकाच्या मूळ मसुद्यात बदल करणे, सुधारणा करणे आवश्यक

होते. तिसरी आवृत्ती प्रसिद्ध करतांना त्यात योग्य त्या सुधारणा केल्या आहेत. कायद्याच्या भाषेची क्लिष्टता जितकी टाळता येईल तितकी टाळण्याचा प्रयत्न केला आहे जेणे करून हे पुस्तक उपयुक्त व्हावे. पुस्तकाला आज पर्यंत दिलेल्या प्रतिसादाबद्दल मन:पूर्वक धन्यवाद !

- ॲड. गोविंद पटवर्धन

ऋणनिर्देश

महाराष्ट्र शासनाच्या विक्रीकर खात्याने २००८ मध्ये जीएसटी डिस्कशन ग्रुप तयार केला होता. त्याचा मी एक सभासद होतो. जीएसटी हवा की नको, केंद्राचे, विशेषतः राज्यांचे हित या कायद्याद्वारे कसे राखले जाईल, डेस्टिनेशन बेस्ड टॅक्सेशन करताना कोणत्या समस्या येतील, द्विस्तरीय करप्रणाली आली तर व्यापाऱ्यांना कोणता त्रास होईल, संगणक प्रणालीची अपरिहार्यता आणि उपयोग अशा अनेक प्रश्नांचा ऊहापोह या वेळी होत असे. त्यात शासनाचे अधिकारी, विविध उद्योगसमूहांचे प्रतिनिधी, कर सल्लागार सहभागी असत. त्यामुळे त्या विषयाची विविध अंगे माहिती झाली. या ग्रुपमधील सर्वांचे मनःपूर्वक आभार.

जून, २०१६ मध्ये एम्पॉवर्ड कमिटीने नमुना जीएसटी कायदा प्रसिद्ध केला. त्यातील तरतुदी वाचल्यावर असे लक्षात आले, की इतकी वर्षे ज्या कर संकल्पना आपण अपरिवर्तनीय समजत होतो त्या आता बदलणार आहेत. वस्तू /सेवेचा पुरवठा ही संकल्पना नवीन आहे. प्रत्येक शब्दाचा अर्थ नवीन संकल्पनेवर घासून पुसून पाहिला पाहिजे. हा अभ्यास एकट्याने करणे जड आहे, हे ही जाणवले. जीएसटी डिस्कशन ग्रुपसाठी मुंबईला जाताना माझे सहकारी होते सीए श्री. हेमंत पत्की आणि श्री. सुहास पाध्ये. त्याचबरोबर माझे ज्यांच्याशी सूर जुळले आहेत ते ॲड. महेश भागवत आणि श्री. प्रकाश पटवर्धन, त्यांनाही पुन्हा एकदा साद घातली. योगेश दीक्षित हा अभ्यासू सीए आम्हाला येऊन मिळाला. एकेक कलम घेऊन चर्चा सुरु झाली. अनेक ठिकाणी कायद्याचा अर्थ, विशेषतः त्याचे लॉजिक समजेना. नंतर लक्षात आले, की अनेक तरतुदी एक्साइज आणि सेवा कर कायद्यातून घेतलेल्या आहेत. मग एक्साइज सल्लागार सीएम्ए श्री. संजय भार्गवे आणि ॲड. विद्याधर आपटे तसेच नव्या पिढीचे प्रतिनिधी सीए

तुषार पत्की व सीए उन्मेष पटवर्धन, विक्रीकर खात्याचा अनुभव असलेले सीएम्ए श्री. अमित शेवडे हे ही सामील झाले. दर आठवड्यात नेमाने एकदा तरी ३/४ तास एकत्रित चर्चा झाली. माझ्या या सर्व सहकाऱ्यांचे आभार मानणे आवश्यक असले तरी त्यांच्या ऋणात राहणे मी पसंत करतो.

दै. *सकाळ* मधून वेळोवेळी लेख लिहून शक्य तेवढी माहिती देण्याचा माझा प्रयत्न असतो. त्याला सकाळचे श्री. मुकुंद लेले यांचे सहकार्य आणि प्रोत्साहन असते. परंतु दैनिकातून किती माहिती द्यायची याला मर्यादा असतात. याचा विचार करता त्यासाठी पुस्तक प्रसिद्ध करावे असे ठरविले. त्याला श्री. मुकुंद लेले यांनी प्रतिसाद दिला, आणि सकाळ प्रकाशनातर्फे पुस्तक प्रकाशित करण्याचा प्रस्ताव मान्य केला गेला. गेली २० वर्षे मी दै. *सकाळ* मधून लिहीत आहे. सकाळ समूह आणि मुकुंद लेले यांचे विशेष हार्दिक आभार.

कर सल्लागारांना कार्यालयीन कामांतून वेळ काढणे जवळजवळ अशक्य असते. माझ्या ऑफिसमधील सहकारी कामाचा भार अंगावर घेऊन मला मोकळीक देतात. त्यांचे योगदान मी कसे विसरू ? अनेक ज्ञात, अज्ञात व्यापारी, उद्योजक त्यांच्या समस्या बोलून दाखवितात, प्रश्न विचारतात. त्यामुळे व्यापाऱ्यांच्या अडचणी कोणत्या, त्यांना कोणते प्रश्न पडतात, हे समजते. त्या सर्वांचे या निमित्ताने आभार मानणे उचित होईल.

– ॲड. गोविंद पटवर्धन

अनुक्रमणिका

वस्तू सेवा कराची पार्श्वभूमी

वस्तू सेवा कर (जीएसटी) आणण्याची गरज आहे का?

कायद्यात आणखी थोडे बदल करून सोपे गेले नसते का? नीट बसलेली घडी बदलायची कशासाठी? खरंतर, मुळात हा नवीन कर आणण्याची गरज आहे का?’’ असे प्रश्न अनेक छोटे व्यापारी विचारत असतात आणि त्यांची शंका रास्तही आहे. त्यांचे शंकासमाधान करण्यासाठी जीएसटीचा निर्णय घेण्यामागील इतिहास आणि कारणांचा थोडक्यात आढावा घ्यावा लागेल.

भारत हा १३० कोटी लोकसंख्या असलेला एक मोठा देश आहे. येथील प्रत्येक नागरिक एकाच वेळी भारताचा, राज्याचा आणि गावाचा किंवा शहराचा नागरिक असतो. मी पुण्यात राहतो म्हणून पुण्याचा, पुणे महाराष्ट्रात म्हणून मी महाराष्ट्राचा आणि महाराष्ट्र भारतात म्हणून भारताचा नागरिक आहे. प्रशासकीय सोयीसाठी भारताचे विभाग करणे आवश्यक आहेत, आणि ते केले आहेत. भारतीय शासन व्यवस्था तीन स्तरांवर काम करते - केंद्रशासन, राज्यशासन आणि स्थानिक स्वराज्य संस्था. राज्यघटनेने आणि कायद्याने या प्रत्येक यंत्रणेला काही सार्वजनिक कामे सोपविली आहेत. ती कामे करण्यासाठी अर्थातच पैशांची गरज असते. त्यासाठी स्वतंत्रपणे अर्थसहाय्य मिळावे, यासाठी प्रत्येक यंत्रणेला कोणकोणत्या व्यापार/व्यवहारांवर कर आकारता येईल, हेही ठरवलेले आहे. केंद्रशासनाच्या अखत्यारीत आयात-निर्यात, वस्तूंचे उत्पादन, सेवा असे विषय आहेत. तर राज्य शासनाकडे विक्रीकर, प्रवेशकर, मनोरंजनकर, ऐषारामकर, मुद्रांक, वीज, व्यवसाय इ. करांचे व्यवस्थापन आहे. स्थानिक

संस्थांना मिळकतकर, पाणीपट्टी अशा करांचा महसूल मिळेल, अशा पद्धतीने ही व्यवस्था केलेली आहे.

या व्यवस्थेचा परिणाम असा होतो, की उद्योग, व्यापार, व्यवसाय करणाऱ्यांना अनेक स्तरांवर आणि अनेक ठिकाणी कर भरावा लागतो आणि त्यासाठी प्रत्येक करविषयक यंत्रणेची माहिती करून घ्यावी लागते. एक्साइज, व्हॅट, केंद्रीय विक्रीकर, सेवाकर, एलबीटी हे वेगवेगळ्या खात्यांचे विषय आहेत. त्या त्या कायद्याप्रमाणे नोंदणी करणे, वेळच्या वेळी रिटर्न भरणे, (प्रत्येक कायद्यानुसार रिटर्न भरण्याच्या वेगवेगळ्या तारखा निश्चित केलेल्या असतात.) शासकीय तपासणीची तयारी करावी लागते, कर निर्धारणासाठी शासकीय कार्यालयात खेटे घालावे लागतात, अधिकाऱ्याने उपस्थित केलेल्या मुद्यांचे समाधान करावे लागते, समाधान न झाल्यास अपिले करावी लागतात, संबंधित कागदपत्रांची पूर्तता करावी लागते.... व्यापार सांभाळून हे सगळे करणे व्यापाऱ्याला शक्य नसते. शिवाय कायद्यात सारखे बदल केले जातात. त्याचा मागोवा ठेवणे अवघड असते. विविध कायद्यांचे अद्ययावत् ज्ञान प्राप्त करण्यासाठी व्यापारी संस्थांना सल्लागार नेमावे लागतात. व्यापारातील बराच वेळ यामध्ये खर्च होतो. व्यापार करण्याचा खर्च वाढतो. या कटकटीपेक्षा नोंदणी न घेता व्यापार करावा, असे मनात येऊ शकते. असे करणारे अनेकजण आसपास असतातही आणि अशा अवैध धंदा करणाऱ्यांशी स्पर्धा करता येत नाही. कारण ते या करभरण त्रासापासून मुक्त असतात आणि त्यामुळे ते माल स्वस्तात विकतात. परिणामी, कायदा पाळून व्यापार करणाऱ्या व्यापाऱ्याला अनेकदा नैराश्य येते. आपण नफा मिळविण्यासाठी व्यापार करतो की विविध करतरतुदींची पूर्तता करण्यासाठी, असा संभ्रम त्याच्या मनात निर्माण होतो.

करप्रक्रिया सुलभीकरणासाठी शासनाने उचललेले पाऊल

शासनालाही सर्वसामान्य व्यापाऱ्यांना भेडसावणाऱ्या अडचणींची जाणीव होती. त्यामुळेच शासनाने किचकट करप्रणालीत सुधारणा सुचविण्यासाठी समित्यांची नेमणूक केली. त्यांनी करांचे एकत्रीकरण करावे, असे सुचवले. त्यामुळे सेवाकर व एक्साइजमध्ये बदल करण्यात आले. प्रत्येक राज्याने त्यांच्या गरजेप्रमाणे विक्रीकर कायदे आणि दर निश्चित केले. त्यामुळे भारतीय बाजारपेठ अनेक तुकड्यांत विभागली गेली. आपल्या राज्यात कारखाने यावेत, व्यापार वाढावा यासाठी प्रत्येक राज्याच्या शासनाने अनेक सवलती जाहीर केल्या होत्या. परिणामी, करप्रणालीतील किचकटपणा खूप वाढला. वेगवेगळ्या दिशेला तोंडे असलेल्या राज्यशासनांमध्ये एकवाक्यता असणे गरजेचे होते.

व्यक्ती काय किंवा शासन काय, एकदा प्राप्त झालेला अधिकार सहजासहजी सोडायला कोणी तयार होत नाही. जकात हा कालबाह्य कर आहे आणि व्यापारास अडथळा आहे, असे जगभर मान्य झाल्यामुळे तो कायदा रद्द झाला खरा, पण महाराष्ट्रात असे नुसते म्हटले तरी, जकात कर्मचारी संपाची धमकी देत होते, ही वस्तुस्थिती होती. मग यावर उपाय काय? प्रत्येक राज्याच्या समस्यांचा एकत्रित विचार होणे गरजेचे आहे. त्यावर साधक बाधक चर्चा होणे आवश्यक होते.

केंद्रशासनाच्या पुढाकाराने १९९८ मध्ये त्यासाठी एम्पॉवर्ड कमिटीची स्थापना झाली. या समितीच्या अनेक बैठका झाल्या. विचारविनिमय करून काही तत्त्वे निश्चित करण्यात आली. त्यानुसार सर्व राज्यांनी

'मूल्यवर्धित कर प्रणाली' (व्हॅल्यू ॲडेड टॅक्स सिस्टिम) आणावी, असे ठरवण्यात आले. त्याची सुरुवात म्हणून वस्तूंचे वर्गीकरण करून त्यावरील कराबाबत काही निकष ठरवण्यात आले. पण त्यावर कायदेशीर बंधन नसल्याने त्यामध्ये अनेक फेरफार झाले. विक्रीकराची आकारणी करण्याच्या पद्धतीत राज्या-राज्यांत विविधता होती. त्यात एकसूत्रता आणणे आवश्यक होते. त्यासाठी कररचनेत बदल करणे आवश्यक आहे, यावर एकमत असले तरी हे प्रत्यक्षात येण्यामध्ये राजकीय अडथळे होते. दिनांक १ एप्रिल २००५ पासून हळूहळू सर्व राज्यांनी विक्रीकरासाठी मूल्यवर्धित कर प्रणाली सुरु केली. त्यामुळे राज्याराज्यांमधील करव्यवस्थेत बऱ्याच अंशी सारखेपणा आला. मात्र गेल्या बारा वर्षांत प्रत्येक राज्याने या व्यवस्थेत अनेक बदल केले, त्यामुळे एका राज्यातील व्यापाऱ्याला दुसऱ्या राज्यातील कर कायदा ठाऊक नाही, नियम माहिती नाहीत, अशी परिस्थिती निर्माण झाली.

हळूहळू सेवा कराचे जाळे वाढले. १९९४ मध्ये चार सेवांवरील कर आकारणीतून सुरू झालेला सेवा कर जीवनातील प्रत्येक क्षेत्रापर्यंत जाऊन भिडला. दिनांक १ जुलै २०१२ रोजी 'सेवा' या संकल्पनेची व्याख्या अतिविशाल करण्यात आली. सेवा कर केंद्रशासनाचा विषय. तर विक्री हा राज्यांचा विषय. अनेक व्यवहार असे असतात, की ज्यातील काही भाग हा सेवासदृश असतो आणि काही भाग हा विक्रीसदृश्. अशा व्यवहाराला कोणता कर लावायचा, असा संभ्रम निर्माण झाला. केंद्र शासन त्यावर सेवा कर आकारू लागले, तर राज्य शासन त्यावर विक्रीकर लावू लागले. याबद्दल कोर्टात वादही झाले. पण वेगवेगळ्या न्यायालयांनी या बाबत वेगवेगळे निर्णय दिले. शेवटी व्यापारी या व्यवहारांवर दोन्ही कर लावू लागले. त्यामुळे वस्तू आणि सेवा ग्राहकाला महाग दराने मिळतात. यावर सर्व राज्यशासनांनी एकत्र बसून सर्वानुमते तोडगा काढला नाही. प्रत्येक शासन आपलेच मत पुढे रेटू लागले.

केंद्रशासनाने लावलेल्या कराची वजावट राज्यस्तरीय करासाठी वापरता येत नाही. तसेच राज्यशासनाने लावलेल्या कराची वजावट केंद्रीय करांसाठी वापरता येत नाही. अशा रीतीने करावर कर आकारावा लागतो. त्यामुळे वस्तूंची / सेवेची किंमत वाढते. त्या महाग होतात. आंतरराष्ट्रीय बाजारात तीव्र स्पर्धा असते. वस्तू सेवेच्या किमती जास्त असतील तर निर्यातीवर परिणाम होतो. भारतातून निर्यात वाढवायची असेल तर खरेदीत समाविष्ट सर्व करांची वजावट विक्रीवरील कर भरताना मिळणे आवश्यक आहे. त्यासाठी भारतातील महत्त्वाचे सर्व अप्रत्यक्ष कर एकत्रित करणे हा उपाय होता. असे एकत्रीकरण म्हणजे वस्तू-सेवा कर (जीएसटी).

त्याबाबतची धोरणात्मक घोषणा २००६ मध्ये त्यावेळचे केंद्रीय अर्थमंत्री श्री. चिदंबरम यांनी केली. त्यानुसार २०१० पासून जीएसटी कार्यान्वित होईल, असे ठरवले होते. परंतु त्यासाठी भारतीय राज्यघटनेत बदल/दुरुस्ती करणे आवश्यक होते. संपूर्ण देशासाठी एकच कर आणणे म्हणजे पर्यायाने राज्यांचे करविषयक अधिकार आणि स्वातंत्र्य सीमित करणे. प्रस्तावित जीएसटीमुळे राज्यांचे अधिकार कमी होत असले तरी या करामुळे राज्यांचा देखील फायदा आहे, हे सर्वप्रथम राज्यांना पटवून द्यावे लागले. आपले नुकसान होईल, अशी भीती ज्या राज्यांना वाटत होती, त्यांना आश्वासन द्यावे लागले,की जर राज्यांचे खरोखरच नुकसान झाले तर ते केंद्रशासन भरून देईल. जीएसटीसाठी अशा प्रकारे राज्यांना राजी

करणे आवश्यक होते. जीएसटीचा प्रश्न आर्थिक तसेच राजकीय असल्याने ही करव्यवस्था प्रत्यक्षात येण्यासाठी ६ ते ७ वर्षांचा अतिरिक्त काळ लागला. लोकशाही शासनव्यवस्थेत मोठ्या निर्णयासाठी एवढा काळ लागणे अपरिहार्य आहे.

• • •

राज्यघटनेत दुरुस्ती

जीएसटीमुळे राज्यघटनेत नेमका कोणता बदल झाला? त्याचे परिणाम कसे आणि कोठे होतील ?

राज्यघटनेच्या परिशिष्टातील यादी क्र. १ मध्ये असलेल्या कर विषयांवर केंद्रशासन कर लावू शकते. त्यात मुख्यतः आयात कर (Custom), अबकारी कर (Excise) आणि सेवा कर (Service Tax) समाविष्ट आहेत. त्यावर राज्य शासन कर लावू शकत नाही. तसेच राज्यघटनेच्या परिशिष्टातील यादी क्र. २ मध्ये असलेल्या कर विषयांवर राज्य शासन कर लावू शकते. त्यात विक्री-कर (VAT), प्रवेशकर, (Octroi / LBT), मनोरंजन कर (Entertainment Tax) इ. समाविष्ट आहेत. त्यांवर केंद्रशासन कर लावू शकत नाही. कराचे विविध विषय रद्द करून वस्तू आणि सेवेचा पुरवठा (Supply) हा एकच विषय ठेवून केंद्र आणि राज्य या दोघांनाही त्यावर कर लावण्याचा अधिकार घटना दुरूस्तीमुळे मिळाला आहे. प्रत्येक राज्याला कर लावण्याचा अधिकार आहे, असे म्हटल्यावर कोणत्या वस्तू-सेवेवर करदर किती असावा, कायद्याची अंमलबजावणी कशी करावी, अशा अनेक गोष्टींत काही ना काही प्रमाणात मतभेद होणार, हे उघड होते. प्रत्येक राज्याने आपल्या मर्जीप्रमाणे निर्णय घेतले, करदर बदलले तर त्यामुळे अपेक्षित परिणाम साधला जाणार नाही, ही देखील वस्तुस्थिती होती. यावर काहीतरी उपाय करण्याची गरज होती. संपूर्ण देशाचा विचार करून सर्वानुमते निर्णय घेतले तरच 'देशभर एक कर' ही कल्पना प्रत्यक्षात येऊ शकते. त्यासाठी 'जीएसटी कौन्सिल'ची स्थापना घटना दुरुस्तीनुसार करण्यात आली आहे. या कौन्सिलमध्ये केंद्रशासन आणि सर्व राज्यांचे प्रतिनिधित्व आहे. सर्वांच्या सूचना, आक्षेप यांचा सांगोपांग विचार करून सर्वानुमते कौन्सिल शासनाला सूचना करेल. अर्थात अंतिम निर्णय घेण्याचे अधिकार शासनाकडे राहणार आहेत.

अनेक व्यापारी /नागरिकांना अशी शंका आहे की, जीएसटी लावून काही काळ लोटल्यावर पुन्हा सेवा कर, विक्री कर लावणे सुरु झाली. अशी शंका मनात येणे साहजिकच आहे. पण ज्या तारखेपासून जीएसटीची अंमलबजावणी सुरु झाली, त्या दिवसापासून केंद्राचे आणि राज्यांचे जुने करविषयक अधिकार रद्द झाले. म्हणजे केंद्रशासन अबकारी अथवा सेवा कर लावू शकणार नाही. आणि राज्य शासनांना विक्री कर, प्रवेश कर, मनोरंजन, ऐषआराम कर लावता येणार नाहीत. तसे कर लावायचे असतील तर शासनाला तो अधिकार मिळण्यासाठी राज्यघटना पुन्हा बदलावी लागेल. त्यामुळे जुने कर कालांतराने पुन्हा लावले जातील, ही धास्ती बाळगण्याची गरज नाही.

राज्यघटना दुरुस्ती मंजूर झाली असताना लगेचच जीएसटी लागू का केला नाही ?

राज्यघटना दुरुस्ती मंजूर झाली असल्याने केंद्र आणि राज्यांना वस्तू सेवा कर लावण्याचा अधिकार मिळाला आहे. पण वस्तू म्हणजे काय, सेवा म्हणजे काय, कोणत्या वस्तुसेवेवर किती दराने कर लावायचा, जीएसटी करकायद्याची अंमलबजावणी करणारी यंत्रणा कशी असेल, कोणत्या व्यापाऱ्यांना नोंदणी करणे आवश्यक आहे, त्यासाठी कोणती कागदपत्रे आवश्यक आहेत, अधिकारी वर्गाचे अधिकार कोणते असतील, व्याज, दंड आकारणी कोण, कशी आणि किती करणार, अशा असंख्य मुद्यांचा विचार होणे गरजेचे होते. या प्रश्नांची उत्तरे राज्यघटनेत मिळणार नाहीत, करकायदे व नियमावलींमध्ये मिळतील. प्रत्येक राज्यात कर आकारणीच्या, रिटर्न भरण्याच्या, इनपुट क्रेडीटच्या तरतुदी वेगवेगळ्या होत्या. शिवाय केंद्राची पद्धत आणखी वेगळी होती. देशभर एकच कर आणायचा तर राज्याराज्यांतील कायद्यांमध्ये सुसूत्रता असणे आवश्यक होते.

राज्यघटना दुरुस्ती विधेयक लोकसभेत आणि राज्यसभेत अनेक वर्षे अडकले असतानाच पडद्यामागे शासनाची यासाठीची पूर्वतयारी सुरू होती. एम्पॉवर्ड कमिटीच्या बैठका सुरू होत्या. प्रत्येक राज्याला विषय वाटून दिले होते. उदाहरणार्थ, विवरणपत्रे कशी असावीत, याचा नमुना तयार करण्याची जबाबदारी महाराष्ट्राकडे होती. दिनांक १४ जून २०१६ रोजी केंद्रशासनाने जीएसटी कायद्याचे प्रारूप प्रसिद्ध केले. त्यावर हजारोंच्या संख्येने सूचना करण्यात आल्या. जीएसटी कौन्सिलने कायद्याचा अंतिम मसुदा तयार करताना करदाते, कर सल्लागार व नागरिकांच्या सूचनांचा विचार करून २५ नोव्हेंबर २०१६ प्रसिद्ध केला, त्यावर आलेल्या सूचना विचारात घेऊन अंतिम मसुद्यानुसार केंद्रीय वस्तू सेवा कर कायदा (CGST), एकात्मिक वस्तू सेवा कर कायदा IGST), संघ राज्य वस्तू सेवा कर कायदा (UGST) आणि वस्तू सेवा कर (राज्यांना भरपाई देण्याबाबत) कायदा असे चार कायदे संसदेने मंजूर केले. राज्य शासनांनी त्यांचे त्यांचे राज्य वस्तू सेवा कर कायदे मंजूर करून घेतले. वस्तू आणि सेवा याचे वर्गीकरण आणि त्यावरील कर दर ही किचकट आणि अवघड बाब त्यावरही केंद्र आणि राज्य यात एकमत घडवून आणले. १ जुलै पासून कर लागू केला आहे. तत्पूर्वी शासनातर्फे अधिकारी वर्गाचे प्रशिक्षण घेण्यात आले. चार्टर्ड अकौंटंट, कर सल्लागार यांची सेमिनार सुरु होती. त्याबद्दल व्यापारी वर्गात खूप उत्सुकता

आहे. विशेषतः वजावट मिळण्यासाठी काय अटी आहेत, राज्यातील व्यवहार कोणते, आंतरराज्य व्यवहार ठरविण्याचे निकष काय आहेत. रिटर्न कशी आणि किती भरायची, बिल कशी करायची हे जे व्यापाऱ्यांच्या दृष्टीने महत्वाचे विषय आहेत.

हे सर्व साहित्य इंग्लिशमध्ये आहे. मुळात कायद्याची भाषा सामान्य नागरिकांना अगम्य असते. त्यातून शासकीय अधिकाऱ्यांनी थोडे इकडचे, थोडे तिकडचे घेऊन तयार केलेला भारतीय बनावटीचा जीएसटी ॲक्ट व्यापाऱ्यांना समजू शकेल का, असा प्रश्न पडतो. जीएसटी कायद्यात कोणत्या तरतुदी आहेत, हे पाहण्यापूर्वी काही मुद्द्यांचे स्पष्टीकरण करणे आवश्यक आहे :

जीएसटी रद्दबातल झालेले केंद्रीय कर

सेन्ट्रल एक्साईज (वस्तूंच्या उत्पादनांवरील कर), औषधे आणि टॉयलेटरी वस्तूनिर्माणावर लागणारा अबकारी कर, विविध अतिरिक्त अबकारी कर, सेवा कर, केंद्रीय विक्री कर, वृतपत्र आणि जाहिरात कर, आयात करताना भरावे लागणारी काऊंटर व्हेलिंग ड्यूटी, स्पेशल ॲडिशनल ड्यूटी.

जीएसटी रद्दबातल झालेले राज्यस्तरीय कर

विक्री कर, ऐषाराम कर, मनोरंजन कर, लॉटरी कर, प्रवेश कर (Octroi, LBT सह) काही वस्तूंवर वरीलपैकी काही कर लागू असणार आहेत. पेट्रोलियम वस्तू जीएसटीच्या कक्षेबाहेर ठेवल्या आहेत. तंबाखू, मद्य यावर कर लावण्याचे अधिकार बदललेले नाहीत. असे अपवाद वगळता महत्त्वाचे सर्व अप्रत्यक्ष कर रद्द झाले आहेत.

व्यापारी वर्गाला लागू होणारे कोणते कर जीएसटी आल्यावरही चालू राहणार आहेत ?

- व्यवसाय कर (Profession Tax)
- मुद्रांक शुल्क (Stamp Duty)
- वाहतूक कर (Road Tax) : वाहन खरेदी करताना भरावा लागणारा कर
- मालमत्ता कर (Property Tax) : स्थानिक स्वराज्य संस्थेकडून लावला जाणारा कर

वरील कर प्रत्यक्ष कर असून ते दैनंदिन व्यवहारांवर लागत नाहीत. आयातीवर पूर्वीसारखीच बेसिक कस्टम ड्यूटी भरावी लागेल.

कामगार कायदे, पर्यावरण कायदे, शॉप ॲक्ट, अन्न व भेसळ कायद्यासारख्या कायद्यांचा कर कायद्याशी संबंध नसतो. त्यांचे हेतू वेगळे असल्याने त्यांच्यामध्ये काहीही बदल होणार नाही. या कायद्यांतर्गत नोंदणी, तपासणी अशा गोष्टी सुरूच राहतील.

जीएसटीची मूलभूत संकल्पना

जीएसटीमध्ये एकच कर असेल, अशी धारणा आहे. हा कर केंद्रशासनातर्फे लागू होईल की राज्यशासनातर्फे ?

वरील विवेचनात आपण बघितले आहे, की कर लावण्याचे अधिकार केंद्र आणि राज्य यांच्या दरम्यान विभागले आहेत. ही विभागणी झाल्यामुळेच केंद्र आणि राज्यशासने आपापले अधिकार सोडावयास तयार झाली. भारतात जीएसटी करप्रणाली द्विस्तरीय आहे, म्हणजेच केंद्रशासनाचा कर Central Goods & Services Tax (CGST) नावाने असेल तर राज्य शासनाचा कर State Goods & Services Tax (SGST) नावाने असेल. केंद्रशासनाचा जीएसटी कायदा स्वतंत्रपणे पारित झाला आहे. प्रत्येक राज्याचा जीएसटी कायदा स्वतंत्र आहे. जीएसटी कायद्यामध्ये केंद्र आणि राज्य शासनाचे कायदे कसे असावेत, या बाबतच्या तरतुदी आहेत. कराचा मूळ विषय, कायद्यात वापरलेल्या शब्दांची व्याख्या व अर्थ, किती रकमेवर कर लावायचा, केव्हा भरायचा, विवरणपत्रके कधी आणि कशी सादर करायची, अशा सर्व महत्त्वाच्या मुद्यांवरील तरतुदी सर्व कायद्यांत सारखीच आहेत. आंतरराज्य पुरवठ्यासाठी Integrated Goods and Services Tax (IGST) हा कायदा पारित केला आहे.

याशिवाय केंद्रशासित प्रदेशांसाठी UTGST कायदा पारित केला आहे. जीएसटी कायदा आल्यावर राज्यांना जर नुकसान झाले तर त्याची भरपाई केंद्रशासन देणार आहे त्यासाठी नुकसान भरपाई अधिभार (Compensation Cess) लावण्यात आला आहे त्याचा वेगळा कायदा पारित केला आहे.

भारतातील जीएसटी करप्रणालीचा वेगळेपणा

भारतातील जीएसटी कायद्याला द्विस्तरीय (Dual GST) म्हटले जाते. म्हणजेच जीएसटी आल्यावर

एकाच व्यवहारावर दोन कर भरावे लागतील. त्यातील एक भाग केंद्रशासनाला द्यायचा आणि दुसरा भाग राज्य शासनाला द्यायचा. जगातील सुमारे १५० देशांत 'जीएसटी' अथवा 'व्हॅट' या नावाने सर्व व्यवहारांवर एकच कर लावला जातो. ती आजवरची सोपी आणि यशस्वी करप्रणाली मानली जाते. परंतु त्या अंतर्गत बरेचसे देश आकाराने अथवा लोकसंख्येने छोटे आहेत. एक भाषा, एकस्तरीय शासनामुळे अनेक देशांत एकच कायदा, एक अथवा दोन करदर आहेत. भारताएवढी विविधता कोठेच नाही. आपल्या देशाचे प्रश्न इतरांपेक्षा फार वेगळे आणि गुंतागुंतीचे आहेत. द्विस्तरीय जीएसटी कर ब्राझील, कॅनडा सोडून अन्य देशांत नाही.

नक्की काय फरक पडणार आहे ? आत्ता जो एक्साइज भरतो, त्यालाच केंद्रीय जीएसटी म्हणायचे आणि मूल्यवर्धित कराऐवजी (व्हॅट) राज्य जीएसटी म्हणायचे, एवढेच ना ?

एवढेच नाही. हे समजून घेण्यासाठी कोणते कर कोणत्या व्यवहारांवर लागतात, कोणत्या करांची वजावट मिळते आणि कोणत्या करांची नाही, त्याचा परिणाम किमतीवर कसा होतो, हे पाहिले पाहिजे. एक उदाहरण घेऊन हे समजून घेऊया. सर्वसाधारणपणे खाणीतून अथवा शेतमालापासून हजारो पदार्थांची निर्मिती होते, असे म्हणतात. खाणीतून खनिज अथवा शेतातून शेतमाल उत्पादन स्थळापर्यंत आणणे ही पहिली पायरी असते. जमिनीतून खनिज काढताना शासनाला रॉयल्टी द्यावी लागते. शेतमाल बाजार समिती (एपीएमसी) द्वारा विकावा लागतो. यासाठी 'सेस' लागतो. इथपासून विविध करांची सुरुवात होते. विक्री कर, प्रवेश कर, उत्पादन कर, सेवा कर, आयात कर हे वेगवेगळ्या टप्प्यावर भरावे लागतात. त्याचा वस्तूच्या किमतीवर परिणाम होतो.

करांची जीएसटी येण्यापूर्वीची स्थिती

तपशील	राज्यातील कर	केंद्राचे कर	आयात - केंद्राचे कर
कच्चा माल	रॉयल्टी + व्हॅट	केंद्रीय विक्रीकर	कस्टम ड्यूटी + सीव्हीडी + एसएडी
वाहतूक	---	सेवा कर	---
उत्पादक	व्हॅट	एक्साईज	---
घाऊक विक्रेता	प्रवेश कर + व्हॅट	केंद्रीय विक्री कर	---
किरकोळ विक्रेता	व्हॅट	केंद्रीय विक्री कर	---
ग्राहक	व्हॅट		

वरील तक्त्यात दाखवलेली रॉयल्टी, कस्टम ड्यूटी, सेवा कर, एक्साइज, प्रवेश कर, केंद्रीय विक्री कर या करांची वजावट व्हॅट भरण्यासाठी वापरता येत नव्हती. तसेच एक्साइज, सेवा कर भरताना व्हॅट, प्रवेश कर, केंद्रीय विक्री कर यांची वजावट मिळत नव्हती. त्यामुळे हे कर खर्च धरले जाऊन कराच्या रकमेवर कर लागतो. परिणामी, वस्तूची किंमत वाढत होती.

पूर्वीची स्थिती (उदाहरणासह)

तपशील	राज्यातील कर	केंद्राचे कर	आयात केंद्राचे कर
कच्चा माल	₹९०० + रॉयल्टी ₹१०० + व्हॅट ₹५०	परप्रांत खरेदी ₹१००० + केंद्रीय विक्री कर ₹२०	आयात ₹१००० + कस्टम ड्यूटी ₹१२५
वाहतूक		₹५०० + सेवाकर ₹७५	
उत्पादन विक्री किंमत ₹५०००	₹ ५००० + व्हॅट ₹७०३	एक्साइज ₹ ६२५	
घाऊक विक्रेता विक्री किंमत ₹७०००	प्रवेश कर ₹२१ + व्हॅट ₹८७५		
किरकोळ विक्रेता ₹८०००	व्हॅट ₹१०००		
ग्राहकांसाठी किंमत	₹९०००		

वरील उदाहरणात रॉयल्टीचे १००, परप्रांत खरेदीचे २०, आयात कराचे १२५, सेवा कराचे ७५, एक्साइजचे ६२५ आणि प्रवेश कराचे २१ म्हणजे रू. ९६६ करापोटी दिले गेले असले तरी त्याची वजावट व्हॅट भरण्यासाठी वापरता येत नव्हती. त्यामुळे ती रक्कम उत्पादन अथवा इनपुट कॉस्ट होते. त्यावर व्हॅट आकारला जात होता. म्हणजेच करावर कर आकारला जात होता. चक्रवाढ पद्धतीने वस्तूची किंमत वाढत होती.

तपशील	राज्यातील कर	केंद्राचे कर	आयात - केंद्राचे कर
कच्चा माल	रॉयल्टी + एसजीएसटी	सीजीएसटी किंवा आयजीएसटी	कस्टम ड्यूटी + आयजीएसटी
वाहतूक	एसजीएसटी	सीजीएसटी किंवा आयजीएसटी	
उत्पादक	एसजीएसटी	सीजीएसटी किंवा आयजीएसटी	
घाऊक विक्रेता	एसजीएसटी	सीजीएसटी किंवा आयजीएसटी	
किरकोळ विक्रेता	एसजीएसटी	सीजीएसटी किंवा आयजीएसटी	
ग्राहक	एसजीएसटी	सीजीएसटी किंवा आयजीएसटी	

तपशील	राज्यातील कर	केंद्राचे कर	आयात - केंद्राचे कर
कच्चा माल	₹९०० + रॉयल्टी ₹१०० + एसजीएसटी ₹१००+सीजीएसटी ₹१००	परप्रांत खरेदी ₹१००० + आयजीएसटी ₹२००	आयात ₹१००० कस्टम ड्युटी ₹१२५
वाहतूक	एसजीएसटी ₹५० +	सीजीएसटी ₹५०	
उत्पादन विक्री किंमत ₹५०००	एसजीएसटी ₹५००	सीजीएसटी ₹५००	
घाऊक विक्रेता विक्री किंमत ₹६३००	एसजीएसटी ₹६३०	सीजीएसटी ₹६३०	
किरकोळ विक्रेता ₹७३००	एसजीएसटी ₹७३०	सीजीएसटी ₹७३०	
ग्राहकाला किंमत	₹८७६०		

जीएसटीमध्ये केवळ रॉयल्टी आणि कस्टम ड्यूटी या करांची वजावट मिळणार नाही. त्यामुळे वस्तू सेवांचे दर कमी करणे शक्य होईल. तरीही अल्प मुदतीत किमती वाढण्याची शक्यता जास्त आहे. कारण कोणताही व्यापारी त्याला मिळणारी सवलत ग्राहकांस लगेच देत नाही. स्पर्धेच्या रेट्याने अथवा व्यवसाय वृद्धीसाठी तसे करावे लागते. जीएसटी कायद्यातील तरतुदीनुसार व्यापाऱ्याने GST मुळे मिळणारा फायदा ग्राहकाला दिला पाहिजे, असे म्हटले असले तरी व्यवहारात तसे होईलच असे नाही. मोठ्या कंपन्यांनी त्यांच्या पुरवठादारांकडून असा फायदा द्यावा अशी मागणी सुरु केली आहे. अशा तरतुदींचा फायदा अधिकारी घेतील अशी भीती वाटते.

व्यापाऱ्यांनी विशेषतः ग्राहकोपयोगी वस्तूंचे निर्माते व वितरकांनी मिळणारा फायदा वस्तूच्या किंमती कमी करुन ग्राहकांना द्यावा यासाठी शासन दक्ष आहे असे दिसते. वस्तूंच्या किंमतीतील कर-भाराचा तौलनिक अभ्यास करुन प्रामाणिकपणे ग्राहकांना वस्तू सेवा स्वस्त दिल्या तर ते एक महत्त्वाचे यश असेल.

• • •

जीएसटीची व्याप्ती

जीएसटी कोणाकोणाला लागू होईल ?

एक्साइज कर, वस्तूचे उत्पादन करणाऱ्या उत्पादकाला भरावा लागत होता. मूल्यवर्धित कर (व्हॅट) वस्तूंची विक्री करणाऱ्या व्यापाऱ्याला भरावा लागत होता. सेवा कर (सर्व्हिस टॅक्स) सेवा उपलब्ध करून देणाऱ्या व्यक्तींना लागत होता. या प्रत्येक कर कायद्याचा विषय वेगळा होता. परंतु वस्तू आणि सेवा या दोन्ही क्षेत्रांतील विविध अंगे जीएसटीमध्ये समाविष्ट झाली आहेत, त्यामुळे जी जी व्यक्ती व्यापारधंदा, उद्योग व्यवसाय करते, ती सारी जीएसटीच्या कक्षेत आली आहेत. जीएसटी कायद्यानुसार त्यांना करपात्र व्यक्ती (taxable person) असे म्हटले आहे. 'पर्सन' या शब्दाच्या निर्देशित व्याख्येनुसार खालील व्यक्ती, संस्था यांना जीएसटी कर कायदा लागू होईल :

१) नैसर्गिक व्यक्ती (Individual)

२) अविभक्त हिंदू कुटुंब (HUF)

३) कंपनी

४) व्यवसाय संस्था (Firm)

५) लिमिटेड लाएबिलिटी पार्टनरशिप (LLP)

६) व्यक्तीचा संघ (असोसिएशन ऑफ पर्सन्स) व्यक्तींचा निकाय (बॉडी ऑफ इंडिव्हिजुअल) विधी स्थापित असो अगर नसो. भारतातील तसेच भारताबाहेर स्थापित.

७) केंद्र, राज्य, प्रांतिक अथवा कंपनी कायद्याने प्रस्थापित महामंडळ (कॉर्पोरेशन) तसेच शासकीय कंपनी

८) भारताबाहेर तेथील कायद्याने स्थापित नियम निकाय (बॉडी कार्पोरेट)

९) सहकार कायद्यानुसार नोंदणीकृत सहकारी संस्था

१०) स्थानिक प्राधिकरण

११) केंद्र शासन किंवा राज्य शासन

१२) सोसायटी नोंदणी अधिनियम १८६० खाली व्याख्या असलेली सोसायटी

१३) विश्वस्त मंडळ (Trust)

१४) वर ज्याचा उल्लेख झाला नाही अशी कोणतीही कायदेशीर व्यक्ती

या यादीवरून लक्षात येईल, की कानून के हाथ लंबे होते है, असे हिंदी चित्रपटात म्हटले जाते, ते जीएसटी कायद्याबाबत तंतोतंत खरे आहे. हा कायदा सर्वव्यापी आहे.

संदर्भ : *CGST / SGST, कलम २ (८४)*

उद्योग / व्यापार / धंदा न करणाऱ्या माणसांना देखील हा कर भरावा लागेल का?

विशिष्ट परिस्थितीत आणि काही व्यवहारांवर अव्यावसायिकांनाही हा कर भरावा लागेल. मात्र सर्वसाधारणपणे व्यापार, उद्योग हेच जीएसटीसाठी करपात्र असतील. जीएसटी करप्रणालींतर्गत 'बिझनेस' या शब्दाची व्याख्या देखील खूप विस्तृत करण्यात आली आहे. कोणताही व्यवहार कायद्याच्या कचाट्यातून सुटू नये, असा उद्देश डोळ्यासमोर ठेवून ही व्याख्या केली आहे. उत्पादन, व्यापार, व्यवसाय, पेशा तसेच तत्सम कोणतेही काम, मग त्याचा उद्देश नफा मिळवणे असो अथवा नसो, त्यात सातत्य, नियमितपणा, विशिष्ट उलाढाल असो अथवा नसो, तसेच संबंधित अथवा संलग्न कोणताही व्यवहार हा व्यापार समजला जाईल. काही कृतीही व्यापारकक्षेत समाविष्ट होतात, असे स्पष्टीकरण देण्यात आले आहे. क्लब, सोसायटी अशा संस्थांनी सभासदांना काही वस्तू अथवा सेवा दिली, तर तो पुरवठा समजला जाईल आणि करपात्र असेल. म्हणूनच अशा संस्थांना / व्यक्तींना 'व्यापारी' समजले जाईल. हल्ली अनेकांना निवृत्तीनंतर पुन्हा एखादी पोस्ट दिली जाते. त्यांना 'सल्लागार' किंवा 'कन्सल्टंट' असे संबोधण्यात येते. त्यांनी केलेली कामे 'व्यवसाय' या संज्ञेस पात्र ठरतील. एखाद्या ठिकाणी पैसे घेऊन प्रवेश दिला जात असेल, तर ती कृती व्यवसाय समजली जाईल. तिरुपती अथवा अन्य देवस्थाने प्रवेश शुल्क आकारतात. तिला देखील 'सेवा' म्हटले जाईल. म्हणजेच कर भरावा लागेल. अर्थात, हे कर माफ करण्याचे अधिकार शासनाला आहेत व त्यानसार अनेक सेवा करमुक्त घोषित केल्या आहेत.

कायद्यातील व्याख्यांचा एकत्रितपणे विचार केला तर असे दिसून येईल, की इंग्रजीत ज्याला everything under the sun असे म्हणतात तसे होणार आहे.

संदर्भ : *CGST / SGST, कलम २ (१७)*

• • •

जीएसटी कोणासाठी ?

शेती व्यवसाय करणाऱ्या शेतकऱ्यांना हा कर लागू आहे का ?

शेती हा व्यवसाय आहे, यात काही वादच नाही. जीएसटीच्या कायद्यामध्ये मात्र असे स्पष्ट केले आहे, की शेतकरी (Agriculturist) ही करपात्र व्यक्ती नाही. या कायद्यात शेतकरी कोणाला म्हणायचे, हे देखील स्पष्ट केले आहे. त्यानुसार जी व्यक्ती स्वतः जमीन कसते, ती व्यक्ती शेतकरी या संज्ञेत समाविष्ट होईल. स्वतः कसणे म्हणजे काय हा पुढील प्रश्न असेल. त्याचेही उत्तर आहे -

जी व्यक्ती स्वतः अंग मेहनत करुन, कुटुंबातील व्यक्तींकरवी अंग मेहनत करवून किंवा तिच्या स्वतःच्या किंवा कुटुंबातील कोणत्याही सदस्याच्या प्रत्यक्ष देखरेखीखाली रोखीने किंवा वस्तूच्या रूपात देय असलेल्या मजुरीवर नोकर ठेवून किंवा भाड्याने मजूर लावून जमीन कसते अशी व्यक्ती अथवा हिंदु अविभक्त कुटुंब म्हणजे शेतकरी

- स्वतः शेत कसणारा अन्य काही व्यवसाय करीत असेल तर त्याला त्या व्यवसायाबाबत करपात्र समजले जाईल. दुसऱ्याच्या शेतातील माल विकणारी व्यक्ती शेतकरी नव्हे, त्याला व्यापारी समजले जाईल. जर शेतमाल कर माफ नसेल, करपात्र असेल तर असे व्यवहार करणाऱ्या व्यक्तीचा समावेश करपात्र व्यक्तीमध्ये होईल.

  कंपनी, विश्वस्त निधी, कॉर्पोरेशन, शासन इत्यादींच्या मालकीच्या शेतजमिनी असल्या तरी त्यांना शेतकरी समजले जाणार नाही. ते करपात्र व्यक्ती समजले जातील.

संदर्भ : *CGST / SGST, कलम २ (७)*

शेतीला अनेक जोडउद्योगांची गरज असते, आणि ते शेतकरीच करीत असतो. त्याचा समावेश शेतीमध्ये होतो का?

अन्नधान्य, कडधान्ये, डाळी, भाजीपाला, फळे, फुले, गवत, या स्वरूपाचे शेतातून घेतले जाणारे पीक शेतमाल समजले जाईल. चराऊ रान, पशुपालन, दूधउत्पादन, कुक्कुटपालन, अन्य प्राणी-पालन, बी-बियाणे, गवत-फळे-झाडे तोडणे, जंगल निर्मिती हे उद्योग सामान्यतः शेती व्यवसायाच्या कक्षेत येत असले तरी कर कायद्यामध्ये ते शेतीच्या व्याखेतून वगळले आहेत. या व्यवसायांना जीएसटी कराच्या तरतुदी लागू होतील असेच म्हणावे लागेल.

शासन नागरिकांसाठी अनेक उपक्रम, सोयी करीत असते. खरे म्हणजे शासनावर ते बंधनकारक आहे. हे उपक्रम किंवा सोयी 'सेवा' या व्याख्येत येतात का? त्यासाठी कर लावला जाईल का? जन्म दाखला, वाहन परवाना घ्यायला जे शुल्क आकारले जाते, त्यावर कर लागेल का?

कलम ७ (२) (ख) यातील तरतुदीनुसार जीएसटी कौन्सिलच्या शिफारसीप्रमाणे केंद्र शासन, राज्य शासन अथवा स्थानिक प्राधिकरण ही सार्वजनिक प्राधिकरणे आहेत त्यांनी हाती घेतलेली जी कार्ये अधिसूचित केली जातील अशी कार्ये अथवा व्यवहार वस्तू अथवा सेवेचा पुरवठा जाणार नाहीत. त्याबाबतचे नोटीफिकेशन काढण्यात येईल.

कायद्यास जोडलेल्या परिशिष्टामध्ये त्या बाबत स्पष्टीकरण केले आहे. त्यानुसार शासनातर्फे दिल्या जाणाऱ्या बहुतेक नागरी सुविधा जीएसटी करकक्षेच्या बाहेर ठेवल्या आहेत. मात्र काही सेवा करपात्र होतील. करपात्र होणाऱ्या सेवा खालीलप्रमाणे :

अ) पोस्ट खात्याच्या स्पीड पोस्ट, एक्स्प्रेस पार्सल, आयुर्विमा आणि एजन्सी सेवा.

आ) विमान, जहाजाच्या आत अगर बाहेर तसेच विमानतळ, बंदरांशी संबंधित दिल्या जाणाऱ्या सेवा.

इ) प्रवासी अथवा माल वाहतूक सेवा.

केंद्रशासन, राज्य शासन आणि स्थानिक स्वराज्य संस्था या तिन्ही शासनांतर्फे वेगवेगळ्या नागरी सेवा सुविधा दिल्या जातात. शासनातर्फे दिल्या जाणाऱ्या सेवा, ज्याचा मोबदला रु. ५००० पेक्षा कमी आहे, त्याला देखील करमाफी दिली आहे. पर्यायाने ज्या सेवांसाठी रु. ५००० पेक्षा जास्त किंमत आकारली जाते त्यावर जीएसटी कर लागू होणार आहे.

शासनाला दिलेल्या सेवांना देखील, काही अपवाद वगळता करमाफी दिली आहे.

संदर्भ : *नोटिफिकेशन नं. १२/२०१७*

व्यापार, उद्योगधंदा, व्यवसाय, वाणिज्य... पेशा कोणताही असला तरी सर्वांना जर जीएसटीच्या तरतुदी लागू होणार आहेत, तर चहावाला, वडापाव विक्रेता, केशकर्तनालय, भाजीवाला या सर्वांना कर लागणार का?

'व्यवसाय' या व्याख्येत बसणाऱ्या प्रत्येकाला जीएसटीच्या तरतुदी लागू होणार, हे बरोबर असले तरी त्यांपैकी प्रत्येकालाच कर भरावा लागेल, असे म्हणता येणार नाही. कोणत्या वस्तूंवर अथवा सेवांवर कर लावायचा आणि कोणत्या वस्तू/सेवा कर माफ करायच्या, हे ठरविण्याचा अधिकार शासनाला आहे. त्यानुसार नोटिफिकेशन नं. २/२०१७ यात करमुक्त वस्तूंची यादी दिलेली आहे. करमुक्त सेवांची यादी नोटिफिकेशन नं. १/२०१७ मध्ये दिली आहे. शासनाने करमुक्त वस्तुंची यादी प्रसिद्ध केली आहे. धान्य, पीठ आणि बेसन, पाव, गूळ, दही, दूध, अंडी, मांस, मासे, मीठ, पुस्तके, वर्तमानपत्रे, शेतीची अवजारे, सेंद्रीय खते ताजी भाजी व फळे इ. वस्तू करमुक्त असतील. तसेच सार्वजनिक वाहतूक, शेतीसंबंधी दिलेल्या सेवा, शेतीमालाची वाहतुक, वीज, शैक्षणिक संस्थांच्या सेवा, वैद्यकीय सेवा इ. करमाफ आहेत, म्हणजेच भाजीपाला, फळे विकणाऱ्यांना कर लागू होणार नाही. तसेच रुग्णालये, शाळा या समाजास आवश्यक सेवा देणाऱ्या संस्थांना कर लागणार नाही, मात्र त्यासाठी काही अटी आहेत.

प्रत्येक छोट्या व्यापाऱ्यास/व्यावसायिकास कर लावणे व्यापाऱ्याला आणि शासनाला परवडत नाही. करदात्याला हिशेब पुस्तके ठेवावी लागतात, वेळोवेळी विवरणपत्रके दाखल करावी लागतात, कर भरावा लागतो. अगदी छोट्या व्यापाऱ्यांना ते शक्य नसते, अशा व्यापाऱ्यांची संख्या खूप मोठी असली तरी त्यांच्यापासून महसूल फारसा मिळत नाही. शासनाला त्यांचा पाठपुरावा करणे शक्य नसते. म्हणून वार्षिक उलाढाल जर काही मर्यादेपेक्षा कमी असेल तर त्या व्यापाऱ्यांना कर भरावा लागत नाही. नोंदणी दाखला घेण्याच्या तरतुदीमध्ये त्या बद्दल अधिक विस्तृतपणे लिहिलेले आहे.

धान्य, भाजीपाला जशा जीवनावश्यक वस्तू आहेत, रोजच्या रोज लागणारे पेट्रोल/डिझेल तेवढेच आवश्यक आहे त्यांना जीएसटीतून वगळले आहे. याचा अर्थ ते करमुक्त असणार आहे का?

पेट्रोल/डिझेल नसेल तर सर्व आर्थिक व्यवहार ठप्प होतील. बँकांची सेवा बंद केली तरी हीच परिस्थिती ओढवेल. असे असले तरी या सर्वांना जीवनावश्यक सेवा म्हणता येणार नाही. पेट्रोल/डिझेलवर सध्या खूपच कर लादलेला आहे. परंतु सामान्य नागरिकांना त्याची कल्पना नसते. आणि जरी समजले तरी त्याची खरेदी बंद करता येत नाही. भारताच्या पेट्रोल/डिझेलच्या एकूण गरजेपैकी ८५% आयात करावी लागते. कच्चे तेल आयात केले जाते, त्यावेळी कस्टम ड्यूटी लागते. शुद्धीकरण केल्यावर त्यावर एक्साइज भरावा लागतो. आणि जेव्हा विक्री होते तेव्हा व्हॅट लावला जातो. आपण सध्या समजा एक लिटर पेट्रोलसाठी रू. ७० देतो, तर त्यातील जवळजवळ रु. ४५ करापोटी सरकारला मिळतात. जीएसटी आल्यावर राज्य आणि केंद्रशासनाचा महसूल वाढेल की कमी होईल, या बद्दल नक्की काहीच अंदाज बांधता येत नाही. म्हणून सध्या पेट्रोलियम वस्तूंना जीएसटीमध्ये समाविष्ट केलेले नाही. याचा अर्थ असा,

की पेट्रोलियम वस्तूंवर आता लागू असणाऱ्या करांमध्ये काही बदल होणार नाही. त्यावरील एक्साइज आणि व्हॅट चालू राहणार आहे. महाराष्ट्राचा विचार करायचा तर आता जेवढा विक्रीकराचा महसूल आहे त्या महसुलापैकी सुमारे २५% पेट्रोलियम वस्तूंवरील करातून मिळतो. तेवढा महसूल नक्की केला आहे. तो अबाधित आहे. त्याला धक्का लावलेला नाही. पेट्रोल/डिझेल जीएसटीमध्ये कधी समाविष्ट करावयाचे, याबाबत जीएसटी कौन्सिल सूचना करेल त्यानुसार शासन निर्णय घेईल.

आणखी कोणत्या वस्तू जीएसटीच्या कक्षेत येत नाहीत?

आणखी एक वस्तू अशी आहे, की तिचा समावेश जीएसटीमध्ये केलेला नाही. ती वस्तू जीवनावश्यक नाही, चैनीचीही नाही. फार पुरातन काळापासून या वस्तूचे उत्पादन होते. त्यावर मोठ्या प्रमाणावर कर लावला जातो. या वस्तूवर कितीही कर वाढविला तरी आजपर्यंत त्यावरुन संप, बंद, मोर्चे निघाल्याची नोंद नाही. तसेच त्या वस्तूची विक्री कमी झाली असे कधी झाले नाही. ती वस्तू म्हणजे दारू. या वस्तूवर करदर खूप जास्त आहे. मद्य हा राज्य शासनाचा विषय असल्याने, त्यावरील एक्साइज आणि विक्रीकर दोन्ही राज्य शासनास मिळतात. त्यापासून मिळणारा महसूल मोठा आहे, तो देखील जीएसटीच्या कक्षेपासून लांब ठेवला आहे.

• • •

करपात्र वस्तू सेवा :

खालील दर IGST अंतर्गत आहेत. CGST आणि SGST अंतर्गत वस्तूंचे दर IGST दराच्या निम्मे धरावे. उदा. ५% IGST दर आहे त्यातील CGST २.५% आणि SGST २.५% प्रमाणे.

मौल्यवान वस्तू :

पैलू न पाडलेले हिरे, मौलिक खडे (माणिक, पाचू) ०.२५%, सोने व चांदी आणि मौलिक रत्ने तयार दागिने व इतर वस्तू ३%

नित्योपयोगी वस्तू सेवा (५%) :

- धान्य, पीठ (ब्रॅन्डेड), साखर, चहा, कॉफी, खाद्य तेल, विविध मसाले, प्रक्रिया केलेल्या भाज्या, फळे इ.
- साबुदाणा, मिठाई, दूध पावडर, अनेक जीवनदायी औषधे, वैद्यकीय उपकरणे, केरोसीन, स्वयंपाकाचा गॅस, कोळसा, हातपंप, सौरऊर्जेवरील उपकरणे, कागद इ.
- रु. १००० पेक्षा कमी किमतीचे कपडे, ५०० पेक्षा कमी किमतीचे जोडे, विटा, वाळू इ.

काळाच्या गरजेनुसार गेल्या काही वर्षात धान्ये म्हणून जे पदार्थ विकले जातात, त्यांवर ५% कर लागणार आहे. त्या व्यावसायिकांना खरेदी आणि खर्च यावरील कराची वजावट मिळणार

असल्याने दर फारसे वाढणार नाहीत. विमान, रेल्वे (क श्रेणीतील) प्रवासी वाहतूक, पर्यटन, छापील जाहिरात इ. सेवा यांवरही ५% कर लागणार आहे.

प्राधान्य दिलेल्या वस्तू सेवा (१२%) :

या वस्तू सेवा अत्यावश्यक नसल्या तरी मध्यमवर्गाच्या रोजच्या वापरात असतात. तूप, बटर, नमकीन, सुका मेवा, फळांचे रस, दुग्धजन्य पेये, गोठवलेले मांस, मासे.

आयुर्वेदिक, युनानी, होमिओपॅथी औषधे, स्वयंपाकाची भांडी, उपकरणे, चटया, दंतमंजन, वह्या, पुठ्ठे, चित्रे आणि रंगकामाची पुस्तके, पेन्सिल, शिलाईयंत्र, सुया. रु. १००० पेक्षा जास्त किंमतीचे कपडे, ५०० पेक्षा जास्त किमतीचे जोडे, एलइडी दिवे, इ. वस्तू, बांधकाम चालू असलेल्या सदनिका, वातानुकूलित नसलेली उपाहारगृहे,

प्रमाणदर (Standard Rate 18%) :

केशतेल, साबण, टूथपेस्ट, केक, जॅम, जेली, आईस्क्रीम, इन्स्टंट फूड मिक्स, पेयपावडर, हिशोब वह्या, पेन, टॉवेल, टॉयलेट पेपर, चादरी, अभ्रे, कॅमेरा, प्लॅस्टिकच्या वस्तू, सिरॅमिक, काचेच्या वस्तू, कीटकनाशके, स्टोव्ह, इलेक्ट्रिक मोटार, जनरेटर, चष्मा, गॉगल इ. बहुतेक सर्व सेवावर प्रमाणित दराने म्हणजे १८% नी कर आकारला जाणार आहे, त्यात बांधकाम सेवा, दुरुस्ती, देखभाल, फोन, खासगी शिकवणी वर्ग, वातानुकूलित उपाहारगृहे, विश्रांतीगृहे (हॉटेल), खाद्यपदार्थ सेवा (केटरिंग), मंगल कार्यालय इ. चा समावेश होतो.

उंची व आरामदायी वस्तू सेवा (२८%) :

सौंदर्यप्रसाधने, सन स्क्रीन, दाढीचे क्रीम व रेझर, आफ्टर शेव्ह लोशन, दूरदर्शन संच, वातानुकूलन यंत्रे, कपडे धुण्याची यंत्रे, चामड्याच्या वस्तू, व्हिडीओ गेम, घड्याळे, सिमेंट, रंग, प्लायवूड, मार्बल, ग्रॅनाइट, टाइल्स, टायर ट्यूब्ज, लाईट फिटींग्ज, कार्पेट, फर्निचर, स्वयंचलित वाहने, शीतपेये, सिगारेट, गुटखा इ. तसेच रु. ७,५०० पेक्षा जास्त भाडे असणारी हॉटेल, पंचतारांकित हॉटेल, मनोरंजन ठिकाणांमध्ये प्रवेश, घोड्याच्या शर्यती, सट्टा इ. सेवा.

नोंदणी दाखला
(Registration Certificate)

जीएसटी कर हा वस्तुतः व्यवहार करासारखा (transaction tax) आहे. म्हणजे कोणत्याही वस्तूची विक्री झाली, कोणतीही सेवा दिली तर त्यावर कर लागतो. पण अशा प्रत्येक वेळी शासनाला कर देणे शक्य नसते. आणखी एक मुद्दा म्हणजे जीएसटी हा अप्रत्यक्ष कर आहे. म्हणजे प्रत्यक्ष ज्याच्याकडून हा कर मिळणे अपेक्षित आहे, तो कर भरण्यास जबाबदार असेलच, असे नाही. त्याच्याकडील कर परहस्ते (व्यापाऱ्याच्या मार्फत) शासनाकडे जमा होतो. असे असले तरी ग्राहकाकडून कर घेतलेला असो अगर नसो, शासनाकडे करभरणा करण्याची जबाबदारी व्यापाऱ्यांवर असते. म्हणून कर वसूल करण्यासाठी पहिली पायरी म्हणजे करपात्र व्यापारी/व्यक्ती कोण, हे नक्की करणे. त्यासाठी त्यांची नोंद करणे आवश्यक असते. शासनाचे अधिकारी आणि करपात्र व्यापारी यांचा पहिला संबंध हा नोंदणीच्या वेळी येतो.

बँकेत खाते उघडण्यास कोणी आले, अथवा दुकानात खरेदीसाठी ग्राहक आले, तर त्यांचे सुहास्य मुद्रेने स्वागत केले जाते. परंतु नोंदणी दाखला घेण्यासाठी जेव्हा व्यापारी शासनाकडे अर्ज घेऊन जातो, तेव्हा त्याला येणारा अनुभव वेगळा असतो. कायद्याने नोंदणी करणे बंधनकारक आहे. नोंदणी न घेता व्यवहार केल्यास अनेक तोटे व दंडात्मक कारवाईही होऊ शकते, हे शासकीय कर्मचाऱ्यांना चांगले माहिती असते. व्यापाऱ्यांकडे अनेक कागदपत्रे मागितली जातात, अर्जातील छोट्या छोट्या चुका दाखवून अर्ज नाकारला जातो. हे टाळावयाचे असेल तर चिरीमिरी द्यावी लागते, मग चुका दिसेनाशा होतात.

यावर उपाय कोणता? हजारो कागदपत्रांच्या नकला तपासायच्या, फायलीत जपून ठेवायच्या, नोंदणी दाखला टाईप करायचा, या गोष्टी टाळता येतील का, संगणकाचा उपयोग होईल का? असा

विचार शासनही करते. कोणतीही संगणक प्रणाली आणावयाची म्हणजे त्या विषयाचा सखोल अभ्यास करावा लागतो, कोणत्या अडचणी येऊ शकतील, याचा विचार करावा लागतो. गेल्या काही वर्षांपासून संगणकावरून घरबसल्या अर्ज करणे आणि नोंदणी दाखला देणे याचे प्रयोग सुरु झाले आहेत. काही यशस्वी झाले आहेत. काहींमध्ये त्रुटी आहेत. जीएसटी कायद्याची अंमलबजावणी करण्यासाठी GSTN कंपनीची स्थापना केली असून, देशभर वापरावयाची संगणक प्रणाली विकसित करणे हे तिचे पहिले काम आहे. या संगणक प्रणालीवर जीएसटी अंमलबजावणीचा डोलारा उभा राहणार आहे.

नोंदणीचे नियम प्रसिद्ध केले आहेत. त्यानुसार नोंदणी अर्ज संगणकावरूनच सादर करावा लागणार आहे. त्यासाठी अनेक कागदपत्रे लागणारच आहेत. फक्त शासकीय कार्यालयात जावे लागणार नाही, असे अपेक्षित आहे. प्रत्यक्ष काय होईल हे गुलदस्त्यात आहे.

प्रथम नोंदणी दाखला कोणी घेणे आवश्यक आहे ते पाहू.

निरनिराळ्या कायद्याखाली नोंदणी होती, त्यांना जीएसटी खाली परत नोंदणी घ्यावी लागणार का ?

जीएसटी हा वेगळा करकायदा आहे. त्यामुळे त्या कायद्याखाली नोंदणी दाखला घेणे आवश्यक आहे. एवढेच नव्हे तर राज्य जीएसटी आणि केंद्राचा जीएसटी हे दोन कायदे प्रत्येक करपात्र व्यक्तीला लागणार असल्याने दोन्ही कायद्यांखाली नोंदणी दाखला घ्यावा लागेल. अनेक कायदे एकत्र करून एक कायदा आणायचा आणि त्यात करपात्र असणाऱ्या प्रत्येकास नोंदणी द्यायची, हे मोठेच काम होते. काही व्यापारी फक्त राज्यात नोंदणीकृत होते तर काही व्यापारी फक्त केंद्राकडे नोंदणीकृत होते. काही व्यापाऱ्यांनी अनेक कायद्यांखाली नोंदणी दाखला घेतलेला होता. एखादा कारखाना असेल तर त्याच्याकडे एक्साइज, सेवा कर, व्हॅट, सीएसटी असे नोंदणी दाखले होते. तसेच ऐषाराम कर अशा इतर कायद्यांखालीही नोंदणी दाखले दिले होते. प्रत्येक कायद्याखाली नोंदणी दाखला मिळण्यासाठी द्यावी लागणारी माहिती वेगवेगळी होती. त्यासाठीच्या नियमात वेळोवेळी बदल झाले होते. वेगवेगळ्या राज्यांत वेगवेगळे नियम होते. काही राज्यांत संगणक प्रणाली होती, तर काही राज्यांत नव्हती. जीएसटी आल्यावर भारतात सर्वत्र नियम सारखेच असल्याने जीएसटी आल्यावर सर्वांना एकाच दिवशी नोंदणी देणे, ही गोष्ट अशक्य कोटीतील होती. विविध कायद्यांखाली नोंदीत असलेल्या व्यापाऱ्यांची माहिती शासनाने संगणकावर संकलित केली. जीएसटी नोंदणीसाठी त्यात सुसूत्रता असणे आवश्यक होते. त्यासाठी सर्व माहिती त्या त्या व्यापाऱ्याने GSTN ला देणे आवश्यक आहे. त्यासाठी जीएसटी येण्यापूर्वी आठ महिन्यांपासून नावनोंदणी करुन घेतली. प्राथमिक सर्व माहिती अपलोड करण्यात आली. त्यानंतर जी पोचपावती दिली त्याला ARN (Application Reference Number) देण्यात आला. त्यामध्ये दाखवण्यात आलेला GSTN ID हाच तात्पुरता दिलेला नोंदणी दाखला नंबर आहे. ARN वर GSTN ID म्हणून जो पॅन नंबरवर आधारीत नंबर दिला आहे तोच त्या त्या व्यापाऱ्याचा नोंदणी दाखला क्रमांक आहे. तो दाखला वेबसाईटवरुन डाऊनलोड करुन घ्यायचा आहे.

ज्यांना तात्पुरता नोंदणी दाखला मिळाला आहे त्यांनी फॉर्म नं. GST-REG 26 मध्ये एक अर्ज

आवश्यक कागदपत्रांसह तीन महिन्यात म्हणजे ३० सप्टेंबर २०१७ पूर्वी करावयाचा आहे. त्यातील माहिती पडताळून ती योग्य असल्यास पक्का (Final) नोंदणी दाखला देण्यात येईल.

संदर्भ : *CGST / SGST, कलम १३९, नियम २४*

जीएसटी कायद्याखाली व्यापाऱ्यांना नोंदणी अनुक्रमांक मिळण्यासाठी कोणत्या अटी आहेत ?

Permanent Account Number :

जीएसटीमध्ये सर्व नोंदी संगणकाच्या मदतीने करावयाच्या आहेत. आयकर आणि जीएसटी असे दोनच महत्त्वाचे करकायदे राहणार आहेत. त्यामुळे जीएसटी नोंदणी दाखला हा आयकराशी संलग्न केला जाणार आहे. म्हणून आयकर कायद्याखालील PAN व्यापाऱ्याकडे असणे बंधनकारक आहे.

इलेक्ट्रॉनिक सही :

जीएसटी नोंदणीसाठी करावयाच्या अर्जासह पुढील सर्व पत्रव्यवहार, विवरणपत्रे संगणकावर करावी लागणार आहेत. त्याला वैधानिकता (legality) असायला हवी. म्हणून इलेक्ट्रॉनिक सही असणे आवश्यक आहे. कंपनी कायद्यानुसार तसेच इतर काही कायद्यांनुसार अनेक ठिकाणी डिजिटल सिग्नेचर बंधनकारक आहे. वैयक्तिक व्यवसाय करणाऱ्यांकडे डिजिटल सिग्नेचर असेलच असे नाही. त्यांच्यासाठी आधार कार्ड वापरता येईल. पेनाने स्वाक्षरी करणे जीएसटीमध्ये चालणार नाही.

भागीदारीपत्र / कंपनी इ. चे स्थापना प्रमाणपत्र :

जे वैयक्तिक व्यवसाय करतात, ते सोडून इतर संस्था कोणत्या न कोणत्या कायद्याने नियंत्रित केलेल्या असतात, जसे खासगी अथवा सार्वजनिक कंपनीला रजिस्ट्रार ऑफ कंपनीकडून स्थापना प्रमाणपत्र (Incorporation Certificate) दिले जाते. सोसायटी, विश्वस्त निधी यांना देखील अशी प्रमाणपत्रे घ्यावी लागतात. त्यांना त्या प्रमाणपत्राची नक्कल द्यावी लागेल. भागीदारी असेल तर संपूर्ण भागीदारीपत्र अपलोड करावे लागेल.

बँक खाते :

प्रत्येक करपात्र व्यक्तीने बँक खात्याची माहिती द्यायची आहे. एखाद्याकडे बँक खाते नसेल तर काय करायचे? अशी शक्यता फार कमी आहे. जीएसटी रजिस्ट्रेशनसाठी बँक खाते आवश्यक आहे कारण बँक स्टेटमेंटची प्रत जोडावयाची आहे. कर ऑनलाईन भरावयाचा आहे त्यामुळे प्रत्येक व्यापाऱ्याला बँक खाते लागणारच आहे.

व्यवसायाच्या मुख्य जागेचा पुरावा :

जागा मालकीची असेल तर मिळकतीचा म्युनिसिपल खाते उतारा, इलेक्ट्रिक बिल इ. जर जागा भाड्याने घेतलेली असेल तर भाडे कराराची नक्कल आणि जागेच्या मालकी बद्दलचा पुरावा, या दोन्हीपैकी काहीच नसेल तर जागेच्या मालकाकडून ना हरकत प्रमाणपत्र.

छायाचित्र : अर्जदार व्यक्ती, भागीदार आणि संचालक यांचे छायाचित्र

जीएसटीच्या अंमलबजावणीवर संगणक प्रणालीद्वारा नियंत्रण असणार आहे. वय वर्षे ७५ असलेला एखादा व्यापारी जर संगणक वापरत नसेल, मोबाईलही वापरत नसेल, तर त्याला जीएसटी भरण्यात अडचण येणार का?

जीएसटी कायद्यात इ-मेल आयडी आणि मोबाईल नंबर असणे आवश्यक आहे, नोंदणी करताना इ-मेल आयडी आणि मोबाईल नंबर दिल्याशिवाय संगणकावर अर्ज दिसतच नाही. त्यामुळे अशा व्यापाऱ्याला मुलाचा अथवा अन्य व्यक्तीचा इ-मेल आयडी आणि मोबाईल नंबर वापरावा लागेल. या तरतुदीचा नीट विचार झाला आहे, असे वाटत नाही.

जे उद्योजक सध्या कोणत्याच कायद्यांतर्गत नोंदणीकृत नव्हते, त्यांना जीएसटी खाली नोंदणी करावी लागेल का? किती मर्यादेपेक्षा जास्त उलाढाल झाली तर नोंदणी करावी लागेल?

एका आर्थिक वर्षात सर्व वस्तू अथवा सेवेच्या पुरवठ्याची उलाढाल रु.२० लाखांपेक्षा जास्त झाल्यास जीएसटीची मर्यादा ओलांडली जाईल आणि त्या दिवसापासून संबंधित व्यक्तीला कर भरावा लागेल. वीस लाखांची उलाढाल झाली, की त्याने ३० दिवसांत नोंदणीसाठी अर्ज करावयाचा आहे. सिक्कीमसह आसाम व इतर राज्यांसाठी कर भरण्यासाठी उलाढालीची मर्यादा १० लाख आहे. उलाढालीची मर्यादा ओलांडली की, जीएसटी नोंदणीसाठी अर्ज करावा लागेल. जर ३० दिवसांत अर्ज केलेला असेल तर ज्या दिवशी उलाढाल मर्यादा ओलांडली गेली, त्या दिवसापासून नोंदणी मिळेल.

जर ३० दिवसांत अर्ज केला नाही, उशीर झाला तर मात्र ज्या दिवशी अर्ज मंजूर केला त्या दिवसापासून नोंदणी मिळेल. महाराष्ट्रात व्हॅट कायद्यात उशीर माफ करण्यासाठी अर्ज करण्याची सोय आहे. उशीर माफ केल्यास ज्या दिवसापासून करपात्रता आली असेल, त्या दिवसापासून नोंदणी दाखला मिळतो. मात्र अशी सोय जीएसटी कायद्यात नाही.

संदर्भ : *CGST / SGST, कलम २२ / नियम क्र. १०*

कोणत्या व्यापाऱ्यांना / व्यवहारांना उलाढाल मर्यादा लागू पडत नाही?

ज्यांची उलाढालीची मर्यादा पूर्ण झालेली नाही, आणि तरीही जीएसटी अंतर्गत नोंदणी करणे ज्यांना बंधनकारक आहे, त्यांची यादी :

- आंतरराज्य करपात्र वस्तू अथवा सेवा पुरवठा करणारी व्यक्ती
- कर पात्र पुरवठा करणारी नैमितिक व्यापार/व्यवसाय/उद्योग (Casual Taxable Person) करणारी व्यक्ती
- प्रत्यावर्ती रिव्हर्स चार्ज पद्धतीने ज्यांना कर भरावा लागतो, अशा व्यक्ती
- कलम ९ पोटकलम (५) नुसार कर भरावा लागणारी व्यक्ती
  (नोटीफाइड इलेक्ट्रॉनिक कॉमर्स ऑपरेटर)

- करपात्र पुरवठा करणारी अनिवासी करपात्र व्यक्ती
- कलम ५२ नुसार ज्या व्यक्तींना स्रोतातून कर कापण्याच्या (Tax Deduction At Source) तरतुदी लागू होणाऱ्या व्यक्ती
- दलाल म्हणून अथवा अन्य प्रकारे दुसऱ्या करपात्र व्यक्तीच्या वतीने वस्तू अथवा सेवा पुरवठा करणारा आवक सेवा वितरण (Input Service Distributor) करणारी व्यक्ती - स्वतंत्रपणे नोंदणी घेतली असो अथवा नसो.
- कलम ५१ नुसार मूळ स्रोतातून कर गोळा करणे आवश्यक आहे अशा इलेक्ट्रॉनिक कॉमर्स ऑपरेटरद्वारे पुरवठा करणाऱ्या व्यक्ती
- प्रत्येक इलेक्ट्रॉनिक कॉमर्स ऑपरेटर
- भारताबाहेरून भारतातील नोंदणीकृत व्यक्ती सोडून अन्य व्यक्तीला ऑनलाईन माहिती किंवा संगणक माहिती सुविधा किंवा पुनःप्राप्त सेवा पुरवठा करणारी व्यक्ती
- याशिवाय जीएसटी कौन्सिलच्या सल्ल्यानुसार राज्य अथवा केंद्र शासन ज्या व्यक्ती नोटीफाय करतील त्यांना उलाढाल मर्यादा ओलांडली नसेल तरी नोंदणी घ्यावी लागेल.

काही छोट्या व्यापाऱ्यांनी केवळ एकदा आंतरराज्य पुरवठा केला असेल, तरी त्यांना नोंदणी दाखला घ्यावा लागेल आणि एकदा नोंदणी झाली, की सर्व व्यवहारांवर कर भरावा लागेल. राज्यांच्या सीमेवरील शहर /गावातील व्यापाऱ्यांनी त्यासाठी सावधानी बाळगणे आवश्यक आहे. भारताची राजधानी दिल्ली सर्व बाजूंनी वेगवेगळ्या राज्यांनी वेढली आहे. तिथे या तरतुदीचा परिणाम अधिक होईल. वस्तूचा आंतरराज्य पुरवठा झाला की नाही, हे समजणे तसे सोपे आहे. मात्र सेवेच्या बाबतीत ती सहजता नाही. त्यासाठी नियमांचा नीट अभ्यास करून अथवा तज्ज्ञांचा सल्ला घेऊन व्यवहार करावा.

संदर्भ *: CGST / SGST, कलम २४*

मी फक्त वस्तूंची विक्री करतो, कोणतीही सेवा देत नाही. मला राज्य शासनाच्या जीएसटी खालील नोंदणी घ्यायला हरकत नाही, परंतु केंद्रशासनाची नोंदणी नको आहे. असे करता येईल का?

या कराचे नाव वस्तू सेवा कर आहे. त्यामुळे व्यवसाय वस्तूंच्या विक्रीचा असो अथवा सेवा देण्याचा असो. राज्य आणि केंद्रशासन दोन्ही ठिकाणी नोंदणी करणे आवश्यक आहे. त्यासाठी जी प्रणाली आहे, त्याप्रमाणे नोंदणीसाठी जो अर्ज करायचा आहे तो एकच आहे. अर्ज वेगवेगळा करावयाचा नाही. हा अर्ज संगणकावरून पाठवावयाचा आहे. अर्ज केला की तो राज्य जीएसटी नोंदणी अधिकारी आणि केंद्र जीएसटी नोंदणी अधिकारी या दोघांकडेही जाईल. दोघेही त्याची तपासणी करतील. त्यातील एकाने अर्ज बरोबर आहे असे म्हटले, आणि एकाने अर्ज नामंजूर केला तर अर्ज दोघांनीही नामंजूर केला, असे धरले जाईल. म्हणून अर्ज काळजीपूर्वक भरणे आवश्यक आहे. मी फक्त वस्तूंची विक्री करतो मला केंद्र जीएसटी नोंदणी नको, असे म्हणता येणार नाही.

यापूर्वी प्रत्येक राज्यातील उलाढाल स्वतंत्रपणे मोजून व्हॅट कायद्याखाली नोंदणी घेणे गरजेचे आहे का, ते ठरविले जात होते. जीएसटी आल्यावरही प्रत्येक राज्यातील उलाढाल वेगवेगळी मोजायची का?

जीएसटीनुसार प्रत्येक व्यक्ती राज्य आणि केंद्र अशा दोन्ही शासनांना कर देणार आहे. एका व्यक्तीची संपूर्ण भारतातील पुरवठ्याची उलाढाल लक्षात घेतली जाणार आहे. उदाहरणार्थ, कोल्हापूरच्या व्यक्तीची कोल्हापूर आणि निपाणी अशा दोन ठिकाणी दुकाने आहेत. कोल्हापूरच्या दुकानाची उलाढाल १५ लाख आहे. आणि निपाणीच्या दुकानाची ६ लाख आहे. म्हणजे एकूण उलाढाल वीस लाखांहून जास्त आहे. त्याला महाराष्ट्र आणि कर्नाटक या दोन्ही राज्यांत नोंदणी घ्यावी लागेल.

संदर्भ : *CGST / SGST, कलम २(६)*

काही व्यक्तींचे दोन व्यवसाय असतात. वस्तू विक्रीचा आणि सेवेचा. सध्याच्या कायद्यानुसार सेवा कराची मर्यादा ओलांडली नाही, तर तो कर लागत नाही. जीएसटी आल्यावर यात काही बदल होईल का?

एक उदाहरण घेऊया. एका शिक्षकाने नोकरी सोडून औषधाचे दुकान सुरु केले. दुकानातील वार्षिक विक्री १६ लाख आहे. सध्या व्हॅट कायद्यानुसार नोंदणी आहे. याखेरीज, हे शिक्षक विज्ञानाची शिकवणीही घेतात. या शिकवणीचे त्यांना दर वर्षी रू. ५ लाख मिळतात. ती उलाढाल करपात्र नसल्याने त्यांनी सेवाकराची नोंदणी केलेली नाही. पण आयकरासाठी उत्पन्न मात्र दाखविले आहे. क्लास चालवणे म्हणजे सेवा देणे. अशा परिस्थितीत जीएसटी आल्यावर विक्री उत्पन्न २० लाखांपेक्षा कमी असले तरी एकूण उलाढाल २० लाखांपेक्षा जास्त असल्याने त्यांना जीएसटी नोंदणी रद्द करता येणार नाही.

जीएसटीमध्ये वस्तू आणि सेवा या दोन्हींचा एकत्रित विचार करून उलाढालीची मोजदाद करायची आहे. त्यामुळे त्या व्यक्तीला जीएसटी कायद्यानुसार कर भरावा लागेल. अर्थात, वस्तूच्या पुरवठा किमतीवर जो दर असेल तो लागेल.शिकवण्यांच्या उलाढालीवर सेवेसाठी जो करदर असेल त्यानुसार कर द्यावा लागेल.

जागा भाड्याने देणे हा व्यवहार सेवा या व्याख्येत येतो. अनेक व्यापारी, उद्योजक व्यापाराला हातभार म्हणून जागा भाड्याने देतात. ते उत्पन्न उलाढालीची मर्यादा ओलांडली का, हे ठरवताना लक्षात घ्यावे लागेल. थोडक्यात, जोडधंदा, व्यवसायापासून मिळणारे उत्पन्न देखील लक्षात घ्यावे लागेल.

उलाढालीची बेरीज करताना करमुक्त वस्तू तसेच करमुक्त सेवा यांपासून मिळणारे उत्पन्न गृहित धरायचे का?

वर घेतलेल्या उदाहरणात शिक्षकाने शैक्षणिक पुस्तकांचे दुकान काढले आहे आणि त्याची वार्षिक उलाढाल रू. १६ लाख आहे असे समजू या. पुस्तके करमुक्त असल्याने त्यांच्यावर व्हॅट कायद्यानुसार

कर लागत नाही. म्हणजे सध्या त्यांना त्यावर कोणताच कर भरावा लागत नाही. जीएसटी कायद्यानुसार उलाढाल मोजताना करमुक्त आणि करपात्र वस्तू आणि सेवा या दोहोंपासूनचे उत्पन्न लक्षात घ्यावयाचे आहे. त्यामुळे त्यांच्या एकत्रित उलाढालीची मर्यादा ओलांडली, की त्यांना जीएसटीची नोंदणी घ्यावी लागेल.

एकूण उलाढाल या शब्दांची व्याख्या दिली आहे, त्यानुसार एक पर्मनंट अकाउंट नंबर (PAN) असलेल्या व्यक्तीची संपूर्ण भारतातील करपात्र, करमुक्त, निर्यात व आंतरराज्य व्यवहारासह सर्व वस्तू सेवांच्या पुरवठ्याचे एकत्रित मूल्य लक्षात घ्यायचे आहे.

परंतु ज्यांच्यावर वस्तू - सेवा कर माफ आहे, एक रुपयाचीही करपात्र उलाढाल नाही, असा व्यवसाय असेल तर मात्र नोंदणी दाखला घेण्याची गरज नाही. जर एखादा भाजीवाला ताजी भाजी आणि फळे यांचीच विक्री करीत असेल, ती करमुक्त आहेत. त्यामुळे एक कोटींची उलाढाल असली तरी नोंदणी घ्यावी लागणार नाही.

संदर्भ : *CGST / SGST, कलम २३(१)*

कर माफ वस्तू अथवा सेवा म्हणजे ज्यावर शून्य कर लागतो त्यांना म्हणायचे का ?

असे सरसकट विधान करता येणार नाही. ज्या वस्तू सेवांवर कर लागणार नाही त्याचे जीएसटी कायद्याप्रमाणे तीन प्रकार आहेत.

१) कायद्याच्या परिशिष्टात (Schedule मध्ये) ज्या वस्तू आणि सेवा यांचा कर दर काही नाही (Nil) असे म्हटले आहे त्या.

२) कलम ११ मधील तरतुदीनुसार वेळोवेळी ज्या वस्तू / सेवा यांना काही अटींवर अथवा विना अट करातून माफ केले असेल अश्या वस्तू / सेवा.

३) IGST कायद्यात वस्तू / सेवा पुरवठ्याचे काही व्यवहार शून्य कर (zero rated) म्हणून संबोधिले आहेत. त्यात करपात्र वस्तू / सेवा यांची निर्यात आणि त्याचा SEZ मध्ये केलेला पुरवठा याचा समावेश केला आहे.

शून्य टक्के असे म्हटले असेल तर त्यांना कर मुक्त म्हणता येणार नाही. वरील क्रमांक १, २ आणि ३ मध्ये येणाऱ्या म्हणजेच ज्या वस्तू अथवा सेवा करमाफ असतील, करमुक्त केल्या असतील आणि ज्या शून्य टक्के कर दर या खाली येत असतील त्यांच्या पुरवठ्याची किंमत एकूण उलाढाल मोजताना करावी लागेल.

ज्या आवक पुरवठ्यावर (Inward Supply) प्रत्यावर्ती पध्दतीने (Reverse Charge) कर भरावा लागतो, त्याची उलाढाल एकूण उलाढाल मध्ये समाविष्ट होत नाही, असे स्पष्टीकरण दिले आहे.

संदर्भ : *CGST / SGST, कलम २(४७)*

कर मुक्त आणि शून्य कर यात काय फरक आहे ?

विक्रीवर कर भरण्याच्या दृष्टीने यात काही फरक नाही. करमुक्त म्हटले तरी कर लावायचा नाही आणि शून्य कर म्हणजे देखील कर लावायचा नाही, की भरायचा नाही. वस्तू, सेवा अथवा दोन्हींची निर्यात (Export) तसेच स्पेशल इकॉनॉमिक झोन (SEZ) मधील युनिट आणि एसईझेड् विकसक (Developer) यांना केलेला पुरवठा यास शून्य कर पुरवठा असे संबोधिले आहे. त्या वस्तू - सेवा देण्यासाठी जी खरेदी - आवक करावी लागते, त्यावर भरलेल्या कराची वजावट (Input Tax Credit) मिळणार आहे व त्याचा रिफंड मिळेल.

मात्र वस्तू - सेवा कर (Nil) म्हणजे 'काही नाही' असे असेल, तर त्यासाठी केलेली खरेदी - आवक, त्यावर भरलेल्या कराची वजावट (Input Tax Credit) मिळणार नाही. करपात्र वस्तू सेवांना करातून काही अटी आणि शर्तींवर करातून पूर्ण किंवा अंशतः (Wholly or Partly) सूट देण्याचा अधिकार शासनास आहे. त्यानुसार शासनाने एक मोठी यादी प्रसिद्ध केली आहे, त्यात बहुतेक सेवा शासनाच्या कर्तव्याच्या संदर्भात आहेत.

संदर्भ : *कलम ११ नोटिफिकेशन नं. १२/२०१७, IGST, कलम १६*

करपात्र असूनही जर एखाद्या व्यक्तीने नोंदणी घेण्यासाठी अर्जच केला नाही, तर काय होईल ?

जीएसटी अधिकारी आपणहून अशा व्यक्तीला नोंदणी दाखला देऊ शकतील अशा प्रकारची तरतूद विक्रीकर कायद्यात नाही. जे आपणहून नोंदणी करायला येतात, त्यांना कागदपत्रे मागून भंडावून सोडले जाते. आणि जे काही दाद देत नाहीत त्यांना बळजबरीने नोंदणी द्यायची? अजब तुझे सरकार !!

संदर्भ : *CGST / SGST, कलम २५(८)*

उलाढाल मर्यादा पूर्ण झाली नसेल आणि आपणहून नोंदणी दाखला घ्यायचा असेल तर तो घेता येईल का ?

उलाढालीची ठराविक मर्यादा पूर्ण झाल्यावर नोंदणी घेणे अनिवार्य आहे. ती गोष्ट व्यापाऱ्याच्या मर्जीवर नाही. मात्र नोंदणी घेतल्याचे काही फायदे असतात. त्यासाठी, तसेच काही अन्य कारणाने जर एखाद्या व्यापाऱ्याला उलाढाल मर्यादा पूर्ण होण्याअगोदर नोंदणी घ्यायची असेल तर तसा अर्ज करून त्याला नोंदणी दाखला मिळू शकतो. अर्थात, एकदा अशा प्रकारे आपणहून नोंदणी केली तर नोंदणी दाखल्याच्या तारखेपासून वस्तू /सेवेच्या पुरवठ्यावर कर भरावा लागेल.

संदर्भ : *CGST / SGST, कलम २५(३)*

व्यापाऱ्याला नोंदणी दाखला घेण्याचे काही फायदे आहेत का ?

कायद्याप्रमाणे नोंदणी घेणे बंधनकारक आहे, मग त्यात व्यापाऱ्याचा फायदा होवो अथवा तोटा !

अर्थात, नोंदणी घेण्याचे काही फायदे आहेतच :

१) वस्तू /सेवा पुरवठा केल्याबद्दल नोंदणीकृत व्यापारी अन्य व्यक्तींना टॅक्स इन्व्हॉइस देऊन वेगळा कर वसूल करू शकेल. नोंदणी न घेता ग्राहकाकडून कर वसूल करता येणार नाही. तसे केल्यास तो गुन्हा ठरेल.

२) नोंदणीकृत व्यक्तीकडून खरेदी केली असेल, तर त्या खरेदीवरील कराची वजावट - इनपुट टॅक्स क्रेडीट खरेदीदाराला घेता येईल.

३) रिफंड फक्त नोंदणीकृत व्यापाऱ्याला मिळू शकतो.

नोंदणी घेणे आवश्यक असून वेळेत न घेतल्यास दंड लागू होतो. अशा परिस्थितीत व्यापाऱ्याला ग्राहकाकडून कर घेता येत नाही. खरेदीवरील कराची वजावट - इनपुट टॅक्स क्रेडीट - मिळत नाही. परिणामी, भरावा लागणारा कर आणि व्याज लक्षात घेता व्यवसाय बंद करण्याची वेळ येऊ शकते.

नोंदणी दाखल्याचे दर वर्षी नूतनीकरण करावे लागणार का?

एकदा नोंदणी दाखला दिला, की जोपर्यंत तो कोणत्याही कारणाने रद्द होत नाही, तोपर्यंत वैध राहतो. नोंदणी दाखल्याला निश्चित मुदत नाही. दरवर्षी अथवा काही काळानंतर नोंदणी दाखल्याचे नूतनीकरण करावे लागणार नाही.

जीएसटी कायद्यान्वये जो नोंदणी दाखला दिला जाईल, तो रद्द करण्याचा अधिकार शासनाला आहे का? असल्यास कोणत्या कारणाने ?

जीएसटीमध्ये समाविष्ट होणाऱ्या विविध कायद्यांतर्गत समाविष्ट नोंदणीकृत करदात्यांना ज्या दिवशी जीएसटी लागू झाला, त्या दिवशी तात्पुरता नोंदणी दाखला दिला आहे. तो तीन महिने वैध असेल. अर्थात, ही मुदत शासन वाढवू शकते. जीएसटी कायद्यानुसार नोंदणीसाठी आवश्यक कागदपत्रे व अन्य काही पूर्तता करावयाची असेल, ती निर्धारित मुदतीत न केल्यास नोंदणी रद्द होईल. तसे करण्यापूर्वी व्यापाऱ्यास कारणे दाखवा (शो कॉज) नोटीस देणे बंधनकारक आहे.

जर जीएसटी कायद्यानुसार नोंदणी घेण्याची आवश्यकता नसेल, पण आधीच्या कायद्यात जर व्यापारी नोंदणीकृत असल्याने त्याला तात्पुरता नोंदणी नंबर दिला असेल, आणि त्या व्यापाऱ्यास नोंदणी रद्द करावयाची असेल तर त्याने त्यासाठी अंमलबजावणीच्या तारखेपासून ३० दिवसात अर्ज करायचा आहे त्याबाबत योग्य ती चौकशी करुन समुचित अधिकारी नोंदणी रद्द करु शकतील. हा अर्ज केल्यावर जर नोंदणी रद्द केली तर ती पहिल्या दिवसापासून अंमलात येईल. उद्योग व्यवसायाच्या ठिकाणी जीएसटी नोंदणी दाखला आणि नंबर स्पष्टपणे सर्वांना दिसेल अशा ठिकाणी लावावयाचा आहे.

संदर्भ : *CGST / SGST, कलम १३९ नियम २४*

नोंदणी दाखला देतांना दिलेली माहिती यांत काही बदल झाला तर काय करायचे?

नोंदणी दाखला घेत असतांना व्यापारी आणि व्यापाराबाबत विविध माहिती अर्जात भरणे व त्याबाबतचे कागदपत्र सादर करणे आवश्यक आहे. त्याच्या आधारे नोंदणी दिली जाते. म्हणून जर त्यात काही बदल झाला तर बदल झाला त्या दिवसापासून १५ दिवसात फॉर्म GST REG 14 पुराव्याच्या कागदपत्रांसह अपलोड करावयाचा आहे. कोणते बदल कळवणे आवश्यक आहे याची यादी दिलेली नाही. मात्र खालील बदल कळविणे आवश्यक आहे.

१) मोबाईल नंबर

२) ई-मेल आयडी

३) व्यवसायाचे कायदेशीर नाव

४) व्यवसायाचे मुख्य ठिकाणी किंवा अन्य ठिकाण

५) दैनंदिन व्यवहार पाहणारा मुख्य अधिकारी किंवा तत्सम व्यक्ती, भागीदार, संचालककर्ता, विश्वस्त मंडळ, कार्यकारी मंडळ यात समावेश, निवृत्ती इत्यादि बद्दल.

६) व्यापाराचे स्वरुप

जर एखाद्या व्यापाऱ्याकडे अनेक राज्यातील नोंदणी दाखला असेल तर एका राज्यात केलेली दुरुस्ती अन्य राज्यात आपोआप लागू होईल. कळविलेली माहिती बरोबर व योग्य असल्यास त्याबाबत समूचित अधिकाऱ्याने १५ दिवसात बदलाची नोंद नोंदणी दाखल्यात करावयाची आहे. जर त्याबाबत अधिकाऱ्याचे समाधान झाले नाही तर व्यापाऱ्यास नोटीस द्यावयाची आहे.

संदर्भ : *जीएसटी नियम १९*

• • •

आपसमेळ कर
(Composition Tax)

ज्यांची उलाढाल रू. वीस लाखांपेक्षा कमी असेल, त्यांना जीएसटीमध्ये नोंदणी घेणे बंधनकारक नसले, तरी अनेक छोटे आणि किरकोळ व्यापारी असे आहेत, की ज्यांना जीएसटी कायद्याप्रमाणे हिशोब ठेवणे कठीण आहे. कारण त्यांचा सगळा एकहाती कारभार असतो. खरेदी, विक्री, बँकेचे व्यवहार, वसुली, हिशोब करण्यासाठी त्यांना कोणाची मदत घेणे परवडत नाही. अशा छोट्या व्यापाऱ्यांना त्रास होऊ नये, म्हणून जीएसटीच्या कर दराप्रमाणे कर भरण्याऐवजी उलाढालीवर आधारित कर भरता येईल, अशी एक आपसमेळ योजना त्यांच्यासाठी उपलब्ध करून दिली आहे. त्याप्रमाणे कर भरायचा का नाही, हे ऐच्छिक आहे, बंधनकारक नाही.

कायद्यात दिलेल्या अटी खालीलप्रमाणे आहेत :

- व्यापाऱ्यांची मागील आर्थिक वर्षातील एकूण उलाढाल रु. ७५ लाखांपेक्षा कमी असावी. ही मर्यादा १ कोटीपर्यंत वाढविण्याचा अधिकार शासनास आहे, अर्थात जीएसटी कौन्सिलच्या शिफारसीनुसारच.
- एकच PAN असणाऱ्या पण वेगवेगळी नोंदणी असणाऱ्या व्यापाऱ्यांची उलाढाल एकत्रितपणे मोजली जाईल.
- आपसमेळ योजनेचा लाभ घेण्यासाठी १ जुलै २०१७ पासून ३० दिवसांच्या आत GST COM.01 हा फॉर्म अपलोड करावयाचा आहे. ही मुदत कमिशनर वाढवू शकतात.
- आपसमेळ योजनेनुसार कर भरणाऱ्यांना बिलामध्ये कर लावता येणार नाही. तसेच इनपुट टॅक्स क्रेडीट घेता येणार नाही.
- ज्या दिवशी उलाढाल ७५ लाखांपेक्षा जास्त होईल, त्या दिवसापासून आपसमेळ सवलत रद्द होईल.

- अरुणाचल प्रदेश, आसाम, मणिपूर, मेघालय, मिझोराम, नागालँड, सिक्किम, त्रिपुरा आणि हिमाचल प्रदेशात ही मर्यादा ५० लाख एवढी निश्चित केली आहे.

खालील परिस्थितीत तडजोड योजनेनुसार कर भरण्याची सवलत मिळणार नाही :

अ) सेवेचा पुरवठा करणाऱ्या व्यक्ती

आ) ज्या वस्तूंवर जीएसटी अंतर्गत कर लागत नाही, अशा वस्तूंचा व्यापारी

इ) वस्तूंचा आंतरराज्य पुरवठा केला असेल तर

ई) स्रोतातच कर भरण्याच्या (Collection of tax at Source) तरतुदी लागू असणाऱ्या इलेक्ट्रॉनिक कॉमर्स ऑपरेटरच्या मार्फत वस्तू सेवांचा पुरवठा करणारा.

उ) जीएसटी कौन्सिल सूचित करेल त्या वस्तूचे उत्पादक

जीएसटी कौन्सिलच्या सूचनांनुसार केंद्र व राज्य शासने तडजोड योजनेसाठीचे अन्य नियम व अटी निश्चित करतील.

एकाच पर्मनंट अकाउंट नंबर असलेल्या पण वेगवेगळ्या दोन राज्यांत अथवा एकाच राज्यात वेगवेगळी नोंदणी घेतलेली असेल तर आपसमेळ योजनेनुसार कर भरण्याचा पर्याय सर्व नोंदणीसाठी घ्यावा लागेल.

संदर्भ : *CGST / SGST, कलम १०*

केंद्र आणि राज्य शासनाने पारित केलेल्या जीएसटी कायद्यानुसार

केंद्रीय वस्तू सेवा कर कायद्याच्या तरतुदीनुसार आपसमेळ कर असा असेल			
	CGST	**SGST**	**एकूण**
उत्पादक	१%	१%	२%
हॉटेल, रेस्टॉरंट	२.५%	२.५%	५%
इतर	००.५%	००.५%	१%

आपसमेळ योजनेचा लाभ घेता न येणारे व्यवसाय :

आईस्क्रीम , पान मसाला, तंबाखू व तंबाखुजन्य पदार्थ

संदर्भ : नोटिफिकेशन ८/२०१७

• • •

पुरवठा (Supply)

नोंदणीसाठी पुरवठ्याची उलाढाल असे का म्हटले आहे? वस्तूंची विक्री केली जाते, सेवा दिली जाते. त्यासाठी 'विक्री' हा शब्द का वापरला नाही?

भारतीय राज्यघटनेनुसार करविषय नक्की केले आहेत. त्यात वस्तूची खरेदी (Purchase), विक्री (Sale), उत्पादन (Manufacture), प्रवेश (Entry) असे विषय आहेत. सेवा (Service), मनोरंजन (Entertainment), ऐषाराम (Luxury) असे सेवा स्वरूपाचे विषय आहेत. या सर्व संकल्पना वेगवेगळ्या आहेत. जीएसटी आणण्यासाठी राज्यघटनेत बदल केला आहे. त्यानुसार वस्तू - सेवेचा पुरवठा (Supply) हा नवीनच करविषय ठरविला आहे. राज्यघटनेत पुरवठा या शब्दाचा अर्थ दिलेला नाही. जीएसटीच्या कायद्यातील कलम सात मध्ये त्या कल्पनेचे स्वरूप दिले आहे. मात्र त्याचा नक्की काय अर्थ होतो, हे दिलेले नाही. कर लावण्याचे वेगवेगळे विषय एकत्र आणल्यावर त्याला काय म्हणायचे, असा प्रश्न होता. तो विषय पुरवठा असा ठरवला आहे.

कायद्याची अंमलबजावणी सुरु झाली आहे. हळूहळू ही संकल्पना स्पष्ट होत जाईल.

वस्तू - सेवांची विक्री ही संकल्पना आता बाद झाली का?

कलम सात, उपकलम एकनुसार - व्यवसायात आणि व्यवसायासाठी मोबदला घेऊन वस्तू अथवा/आणि सेवेची केलेली विक्री (Sale), हस्तांतरण (Transfer), अदलाबदल करणे (Barter / Exchange), भाड्याने देणे (Rent), वापरावयास देणे (Lease), परवाना देणे (License), विल्हेवाट लावणे (Disposal) अशा सर्व प्रकारच्या व्यवहारांना 'पुरवठा' असे म्हटले आहे.

यात ज्याचा उल्लेख केला आहे, त्यातील Barter सोडता सर्व प्रकारचे व्यवहार या ना त्या कायद्याचा विषय होते. विक्रीकर कायद्यात विक्री कशाला म्हणायचे हे सांगितले होते, ती कल्पना आता चांगली रुजली होती. सेवा दिली जाते, तरी हिशोब पुस्तके लिहिताना विक्री खात्यात त्याची नोंद केली जाते. त्यामुळे सेवेची विक्री हा शब्द आता रूढ झाला आहे. त्यामुळे कायद्यात पुरवठा असा शब्द वापरला असला तरी रोजच्या व्यवहारात विक्री हाच शब्द योग्य होईल. विक्री ही संकल्पना बाद झाली, असे म्हणणे योग्य होणार नाही. पण कराची व्याप्ती विक्री या संकल्पनेपेक्षा वाढली आहे, हे नक्की.

पुरवठ्यात अदलाबदलीचाही समावेश होतो. मग त्याची किंमत कशी ठरवायची ?

विक्रीकर कायद्यात वस्तूची किंमत पैशांत दिलेली असली पाहिजे असे मान्यता होते. जीएसटी कायद्यानुसार मोबदला या शब्दाची व्याख्या खूप विस्तृत आहे. मोबदला (consideration) म्हणजे पुरवठा होण्यासाठी पैसे किंवा इतर स्वरुपात दिलेली किंमत. ज्याला वस्तू / सेवा दिली, त्याने अथवा अन्य कोणी जरी काही काम केले असेल, किंमत दिली असेल तरी तो मोबदला धरला जाईल. वस्तू /सेवेची किंमत पैशांच्या रूपात दिलेली नसेल, तर ज्या मार्गाने ती किंमत चुकवली असेल, त्याचे बाजारभावाने पैशांच्या रूपातील मूल्य पुरवठ्याचा मोबदला म्हणून धरले जाईल.

मोबदला या शब्दाला इतका व्यापक अर्थ दिला आहे, की वस्तू /सेवेचा कोणताही व्यवहार यातून सुटणार नाही, अशी नाकेबंदी केली आहे.

संदर्भ : CGST / SGST, कलम २(३१)

मोबदला न मिळता काही वेळेस पुरवठा केला जातो त्याला कर लागेल का ?

मोबदला न घेता केलेल्या पुरवठ्यावर जीएसटी कायद्यानुसार कर भरावा लागणार आहे. त्याबाबत ज्या तरतुदी केल्या आहेत, त्या खालीलप्रमाणे आहेत :

- धंदा/व्यवसायाची मालमत्ता (asset) जर कायमची हस्तांतरित केली असेल किंवा त्याची विल्हेवाट इतर पद्धतीने केली असेल आणि अशा वस्तूंवरील इनपुट कराचे क्रेडीट घेतले असेल, तर त्याद्वारे मोबदला मिळत नसला तरी त्याला पुरवठा समजले जाईल.
- व्यवसायात किंवा व्यावसायिक कारणासाठी जवळचा संबंध (related party) असलेल्या व्यक्ती. तसेच कलम २५ प्रमाणे ज्यांना भिन्न व्यक्ती समजले जाते त्यांनी एकमेकांस केलेला पुरवठा (पॅन नंबर एकच असलेल्या व्यक्तीने दोन अथवा जास्त नोंदणी दाखले घेतले असतील तर त्यांच्यातील व्यवहार दोन भिन्न व्यक्तीतील व्यवहार समजला जाईल)
- मालकाने नोकरास एका आर्थिक वर्षात रु. ५०,००० पेक्षा जास्त बक्षीस म्हणून दिल्यास त्याला करपात्र पुरवठा समजले जाईल
- मुख्य पुरवठादाराच्या वतीने एजंट पुरवठा करीत असेल तर मुख्य पुरवठादाराने एजंटला केलेला वस्तूंचा पुरवठा
- मुख्य पुरवठादाराच्या वतीने एजंट पुरवठा स्वीकारीत असेल तर एजंटने मुख्य पुरवठादाराला केलेला

वस्तूंचा पुरवठा. हळद, गूळ, मिरची, मसाल्याच्या वस्तू अशा अनेक वस्तूंची दलाली स्वरूपात घाऊक बाजारपेठ चालते. जीएसटीमध्ये असे सर्व दलाल पुरवठादार ठरतील आणि त्यांना नोंदणी घ्यावी लागेल. कर भरावा लागेल.

- व्यवसायाच्या ओघात किंवा व्यवसायाच्या अभिवृद्धीसाठी करपात्र व्यक्तीने जवळचा संबंध (related party) असलेल्या व्यक्तीकडून किंवा त्याच्या शाखेकडून परदेशातून स्विकारलेला सेवेचा पुरवठा, सेवेची आयात (import).

संदर्भ : *CGST / SGST, परिशिष्ट १*

दोन व्यक्तींमधील प्रत्येक आर्थिक व्यवहार जीएसटी मध्ये करपात्र आहे असे समजावयाचे का?

असे म्हटले तर अतिशयोक्ती होणार नाही. मात्र काही व्यवहार असे आहेत की, त्यावर कर आकारणे अयोग्य होईल. तसेच काही व्यवहार सध्या करपात्र करावयाचे नाहीत असे ठरले आहे. कायद्यात अशी तरतूद केली आहे की अशा व्यवहारांना वस्तू अथवा सेवेचा पुरवठा समजला जाणार नाही. ते असे आहेत :

१) कर्मचाऱ्याने आपल्या नोकरीच्या निमित्ताने किंवा त्या संबंधात मालकास दिलेल्या सेवा.

२) कोणत्याही कायद्याने स्थापित केलेल्या कोणत्याही न्यायालयाच्या किंवा न्यायाधिकरणाच्या सेवा.

३) क) संसद सदस्यांनी, राज्य मंडळ सदस्यांनी, पंचायत सदस्यांनी, नगरपालिका सदस्यांनी आणि अन्य स्थानिक प्राधिकरणाच्या सदस्यांनी पार पाडलेली कार्ये.

ख) संविधानाच्या तरतुदीनुसार कोणतेही पद धारण करणाऱ्या व्यक्तीने त्या पदाच्या नात्याने पार पडलेली कर्तव्ये

ग) केंद्र सरकारने किंवा राज्य शासनाने किंवा स्थानिक प्राधिकरणाने घटीत केलेल्या एखाद्या मंडळाचा अध्यक्ष किंवा सदस्य किंवा संचालक म्हणून आणि ज्या व्यक्तीला कर्मचारी मानण्यात आले असेल अशा कोणत्याही व्यक्तीने पार पाडलेली कर्तव्ये.

४) शव वाहून नेण्यासह अंत्यसंस्कार, दफन, स्मशानभूमी किंवा शवागृहाच्या सेवा

५) जमिनीची विक्री आणि बांधकाम पूर्ण इमारतीची विक्री

६) लॉटरी, सट्टेबाजी व जुगार सोडून कार्यवाही योग्य दावे.

संदर्भ : *CGST / SGST, परिशिष्ट ३*

• • •

वस्तू सेवेची किंमत
(Valuation)

कोणत्याही व्यापारी व्यवहारात एकजण देणारा आणि दुसरा घेणारा असतो. त्यांच्यातील करार, मग तो लेखी असो अथवा तोंडी असो, वस्तू सेवेची किंमत हा महत्त्वाचा मुद्दा असतो. कर हा देखील किमतीवर लागतो. परंतु, जीएसटीमध्ये करार आहे, की नाही याला महत्त्व नाही तर एका करपात्र व्यक्तीने दुसऱ्या करपात्र व्यक्तीस वस्तू / सेवा दिली का नाही याला महत्व आहे. व्यवहाराची किंमत कर लावण्यासाठी किती धरायची यासाठीचे स्वतंत्र प्रकरण या कायद्यात आहे. शिवाय विशिष्ट परिस्थितीत किंमत कशी ठरवायची याचे वेगळे नियमही केले आहेत.

व्यापारी बिल करतो त्यात किंमत दाखवलेली असते. मग वस्तूसेवेची किंमत ठरविण्याचे नियम करण्याची गरज काय?

वस्तूसेवेचा पुरवठा हा कर लावण्याचा विषय आहे. विक्री झालेली असो अथवा नसो, पुरवठा झाला, की कर लागणार. अनेक व्यवहार असे आहेत, की ज्यात पैसेरूपाने किंमत दिलेली नसेल. किंबहुना कोणत्याही मोबदल्याशिवाय वस्तुसेवेचा पुरवठा केला असेल, तरीही त्यावर कर भरावा लागणार आहे. कर भरताना तो काही वस्तू अथवा सेवारूपाने शासनाला देता येणार नाही. एखादा करदाता म्हणेल, की मी रोज चार तास वाहतूक नियंत्रण करण्यास मदत करतो आणि मी कर दिला असे समजावे, तर तसे शासनाला चालणार नाही. कर रोख म्हणजे पैशातच पाहिजे. म्हणून कर वसूल करायचा तर अदलाबदल किंवा तत्सम स्वरूपाच्या वस्तुसेवेचे पैशांतील मूल्य ठरविल्याशिवाय कर वसूल करता येणार नाही. म्हणून जीएसटी कायद्यात मूल्य कसे ठरवावयाचे, याची नियमावली दिली आहे आणि ही नियमावली कोणत्या परिस्थितीत वापरावयाची तेही दिलेले आहे.

दुकानांमध्ये दररोज शेकड्याने विक्री व्यवहार चालू असतात. त्यांना प्रत्येक व्यवहारासाठी मूल्य नियम लागू होणार का ?

दुकानात येणाऱ्या ग्राहकांचा संबंध व्यावहारिक असतो. दुकानदार, कारखानदार, डॉक्टर, वकील असे कोणीही ग्राहकाला कारणाविना कमी किमतीत वस्तू सेवा देणार नाही. एखाद्या वेळी किंमत जास्त लावतील, पण कमी नाही. म्हणजे दोघांतील व्यवहार हा बाजारमूल्याप्रमाणे होतो. आता काही ग्राहक घासाघीस करतात, काही करीत नाहीत. ग्राहक सोडायचा नाही, म्हणून वेगवेगळ्या ग्राहकांना एकाच वस्तूची किंमत कमी अथवा जास्त लावली जाते. पण त्यात व्यापाऱ्याचे हित एवढेच कारण असते. व्यापार, उद्योगातील ९९% व्यवहार असेच असतात. अशा व्यवहारात आपापसांत जी वस्तू अगर सेवेची किंमत ठरली असेल, दिली असेल अथवा द्यायचे मान्य केले असेल तीच किंमत करपात्र मोबदला रक्कम असे धरले जाणार आहे. त्याला व्यवहार मूल्य (transaction value) असे म्हटले आहे

वस्तुसेवेचा पुरवठा जर नातेवाईक अथवा जवळच्या व्यक्तीला केला असेल तसेच व्यवहाराचे पैशातील दर्शनीय मूल्य सोडून अन्य स्वरूपात मोबदला दिला असेल तर मूल्य ठरविण्याचे नियम लागू होतील.

किंमत ठरविताना काही संबंधित कृती कराव्या लागतात. त्याचे मूल्य किती हे ठरवलेले नसते, किंवा स्वतंत्रपणे मूल्य लावले जाते, उदाहरणार्थ, वाहतूक खर्च अवांतर द्यावा लागेल, असे ठरवितात. मग त्यावर कर लागेल का ?

विक्री संबंधित इतर खर्च होतात, करावे लागतात. त्या बाबत कायद्यात केलेल्या तरतुदी खालीलप्रमाणे आहेत :

अ) राज्य जीएसटी कर, केंद्र जीएसटी कर तसेच आंतरराज्य व्यवहारांवर लागणारा आयजीएसटी कर जीएसटी कॉम्पेन्सेशन सेस सोडून अन्य कायद्यांनी लावलेले कर, ड्युटी, फी, चार्ज याची रक्कम जर पुरवठादाराने स्वतंत्रपणे घेतली असेल तर.

आ) एखाद्या वस्तुसेवेचा पुरवठा करण्यासाठी जो खर्च पुरवठादाराने करणे आवश्यक असते, पण तो खर्च ग्राहकाने दिला असेल आणि त्याचा समावेश ठरविलेल्या किमतीत धरला नसेल तर त्या खर्चाची रक्कम मोबदल्यात वाढवावी लागेल.

इ) पुरवठा पूर्ण होण्यापूर्वी (before delivery of goods or supply of service) त्या पुरवठ्याचे कमिशन, वेष्टण करणे किंवा अन्य काही खर्च जर ग्राहकाकडून वेगळे घेत असतील, तर तेवढी रक्कम मूळ वस्तू अथवा सेवेचा मोबदला धरला जाईल.

ई) पुरवठ्याच्या किंमतीची रक्कम देण्यास उशीर केला म्हणून जर काही व्याज अथवा दंड लावला तर तो किमतीचा भाग समजला जाईल.

उ) पुरवठ्याशी जोडता येईल अशी कोणत्याही स्वरुपाचे अनुदान. ज्या पुरवठादारास अनुदान मिळाले असेल त्याच्या पुरवठा किमतीत ते धरावे. केंद्र आणि राज्य शासनाने दिलेले अनुदान मात्र करपात्र होणार नाही.

ऊ) पुरवठा पूर्ण झाल्यावर किमतीत सूट (Discount) दिली तरी मूळ किमतीवर कर भरावा लागेल. मात्र पुरवठा करण्यापूर्वी व्यावसायिक रीतीप्रमाणे सूट दिली असेल आणि अशी सूट विशिष्ट इन्व्हॉइससंबंधी आहे, असे दाखवले असेल, तर सूट वजा करता येईल. ज्याला सूट दिली त्याने इनपुट क्रेडीट फिरवून कमी केले पाहिजे.

ए) पुरवठा करण्यापूर्वी अथवा करताना किमतीत दिलेली सूट किमतीत धरली जाणार नाही.

संदर्भ : *CGST / SGST, कलम १५*

मूल्यमापन नियम कोणत्या व्यवहारांना लागू होतील?

वर उल्लेख केला आहे त्याप्रमाणे जर किंमत नक्की करता येत नसेल तर त्यासाठी मूल्यमापन नियम लागू होतील. मूल्यमापन नियम थोडक्यात असे आहेत.

१) वस्तू सेवेची किंमत पैशात नक्की केली नसेल आणि पूर्णतः अथवा अंशतः पैसे सोडून अन्य पद्धतीने किंमत द्यायची असेल तर मूल्य खालीलप्रमाणे ठरवावे

 क) अशा पुरवठ्याची बाजारभावाने येणारी किंमत

 ख) बाजारभावाप्रमाणे किंमत काढता येत नसेल तर पैशातील मूल्य अधिक इतर मोबदल्याचे पैशातील मूल्य माहित असल्यास याची बेरीज.

ग) वरीलप्रमाणे मोबदला रक्कम निश्चित करता येत असेल तर त्याच प्रकारच्या आणि दर्जाच्या वस्तू अथवा सेवेच्या मूल्य एवढी रक्कम.

घ) वरील कोणत्याच पद्धतीने मोबदला रक्कम काढता येत नसेल तर त्या वस्तू अथवा सेवेच्या उत्पादन अथवा संपादनाच्या खर्चाच्या ११०% इतकी रक्कम.

ड) तेही शक्य नसेल तर अन्य कुठल्याही मूल्यमापन तत्व आणि पद्धतीने काढता येईल.

उदा. जुन्या टेबल खुर्च्या देऊन नवीन घेतल्या आणि नगद रकमेचे बिल केले व रोखीने दिले, तर जुन्या टेबल खुर्च्यांची मूळ किंमत काढावी लागेल आणि ती नवीन टेबल - खुर्च्यांच्या नगद रकमेत वाढवून घ्यावी लागेल.

पुरवठा देणारा आणि घेणारा हे एकमेकांशी संबंधित व्यक्ती असतील तर त्यांच्यातील करपात्र पुरवठा व्यवहाराचा मोबदला ठरविण्याचे नियम काय आहेत?

भारतात काही जमाती व्यापारी जमाती आहेत. घरातील अनेकजण म्हणजे भाऊ, वडील, काका सर्व एकाच व्यवसायात असतात पण व्यवसाय स्वतंत्रपणे करत असतात. ते नेहमीच एकमेकांना मदत करतात. जर एखाद्याकडे मागणी असेल पण माल नसेल तर तो आपल्या नातेवाईकाकडून माल घेतो.

हे व्यवहार जीएसटी मध्ये मूल्य नियमाच्या अधीन राहतील.

या नियमातील तरतुदीनुसार वर उल्लेख केल्यानुसार बाजारभावाने येणारी किंमत ही करपात्र रक्कम होईल, मात्र त्यात फरक असा की, त्याच प्रकारच्या व दर्जाच्या वस्तू अथवा सेवेच्या मूल्याच्या ९०% रक्कम मोबदला म्हणून धरता येईल. यात पुढे असेही स्पष्ट केले आहे की, पुरवठा घेणाऱ्याला जर त्या

वस्तू सेवेचे पूर्ण इनपुट टॅक्स क्रेडीट घेता येत असेल तर बिलात दाखवलेली किंमत हेच बाजारमूल्य आहे असे ग्राह्य धरले जाईल. या नियमामुळे नात्यांतर्गत व्यवहारातील अडचणी दूर झाल्या आहेत असे म्हणावे लागेल.

प्रमुख पुरवठादार आणि कमिशन एजंट (दलाल) यांच्यातील पुरवठा मूल्य कसे ठरविणार?

अशा पुरवठ्याची बाजारभावाने किंमत किंवा त्या वस्तू-सेवेचा पुरवठा करण्यासाठी जर इतरांकडून माल घेतला असेल तर त्याच प्रकारच्या आणि दर्जाच्या वस्तू किंवा सेवेच्या मूल्याच्या ९० टक्के एवढी रक्कम मोबदला म्हणून धरता येईल.

***संदर्भ** : मूल्यमापन नियम २७ ते ३१*

संबंधित जवळच्या व्यक्ती म्हणजे नात्यातील व्यक्ती हे म्हणणे बरोबर आहे की त्यात आणखी काही व्यक्तींचा समावेश होतो?

एका कुटुंबातील व्यक्ती या संबंधित व्यक्ती आहेतच. त्याशिवाय अनेक व्यक्ती संबंधित धरल्या जाणार आहेत. त्या खालीलप्रमाणे :

- जे एकमेकांच्या धंद्यात अधिकारी किंवा संचालक आहेत.
- एखाद्या धंद्यात एकमेकांचे कायदेशीर भागीदार आहेत.
- मालक आणि कर्मचारी
- ज्याला मतदान हक्क आहे अशा भांडवलातील (Stock and / or Shares) २५% हिस्सा जी व्यक्ती प्रत्यक्ष अथवा अप्रत्यक्षपणे धारक असेल ती व्यक्ती.
- एका व्यक्तीच्या धंद्याची सूत्रे - नियंत्रण प्रत्यक्ष अथवा अप्रत्यक्षपणे दुसऱ्या व्यक्तीकडे असल्यास, त्या दोन्ही व्यक्ती .
- त्या दोघांचेही नियंत्रण प्रत्यक्ष अथवा अप्रत्यक्षपणे तिसऱ्या व्यक्तीकडे असल्यास.
- त्या दोघांचेही नियंत्रण प्रत्यक्ष अथवा अप्रत्यक्षपणे तिसऱ्या व्यक्तीच्या धंद्यावर असल्यास
- कोणाही व्यक्तीचा एकुलता एक दलाल (Sole Agent), एकुलता एक वाटपदार (Sole Distributor) किंवा कोणतीही सवलत एकुलत्या एकास (Sole Concessionaire) दिली असेल तर त्या व्यक्ती एकमेकांशी संबंधित समजल्या जातील.

***संदर्भ** : CGST / SGST, कलम १५*

• • •

कर वजावट – Input Tax Credit

आवक पुरवठ्यावरील (Inward Supply) खरेदीवरील कराची वजावट

वस्तूचा आणि सेवेचा प्रत्येक पुरवठा करपात्र होणार आहे. त्यामुळे कर रक्कम खूप मोठी होईल. कर भरताना खरेदीवर भरलेल्या कराची वजावट करून उर्वरित कर रोखीने भरावयाचा आहे. कर भरण्याची रोख रक्कम कमीत कमी करायची असेल तर खरेदीवरील कर परतावा मिळण्याला अनन्यसाधारण महत्त्व येईल. कर लावण्याचे क्षेत्र शासनाने विस्तृत केले आहे. लपायला काही जागा शिल्लक नाही. कडेकपारी, डोंगर दऱ्या कुठेही असा कर लागणारच. आवक-पुरवठ्यावरील खरेदीवर भरलेल्या कराची वजावट देताना मात्र पहिला नमुना कायदा बनवताना शासनाची संकुचित वृत्ती उफाळून आली होती. अनेक अटी, शर्ती, अडथळे पार केल्यावर कर वजावट मिळेल. पण नागरिकांनी केलेल्या सूचनांचा विचार करून तयार केलेल्या कायद्यात त्या अटी काही प्रमाणात शिथील केल्या आहेत. जीएसटीच्या सुरुवातीला करदात्यांच्या कलाने घ्यावे लागते. एकदा जीएसटी स्थिर झाला, की कसे बदल होऊ शकतील, हे मात्र समजून आले आहे.

कच्चा माल, किंवा पुनर्विक्रीसाठी केलेली खरेदी सोडून अनेक वस्तू / सेवा घ्याव्या लागतात. त्या खरेदी करताना कर भरावा लागतो. त्याचे क्रेडीट मिळणार का?

एखाद्या वस्तूचे उत्पादन करण्यासाठी जो कच्चा माल वापरला जातो, तो वेगळ्या स्वरुपात पक्क्या मालात समाविष्ट असतो. त्याअर्थी कच्चा माल हे इनपुट आणि जी वस्तू उत्पादित झाली ते आऊटपुट, हे समजायला सोपे आहे. व्यापारी वस्तू जशा खरेदी करतात तशाच स्वरूपात विकतात. म्हणून त्याला 'खरेदी' आणि 'विक्री' असे संबोधतात. व्यापार करण्यासाठी जाहिरात, मार्केटिंग, हिशोब ठेवणे, ऑडिट

अशी विविध कामे करावी लागतात. त्यासाठी अनेकवेळा बाह्य मदत घ्यावी लागते. काही अशा वस्तू घ्याव्या लागतात, ज्यांचा विकलेल्या वस्तूंत समावेश नसतो. काही सेवा घ्याव्या लागतात, ज्यांचा थेट संबंध वस्तू /सेवा विक्रीशी जोडता येत नाही. पण व्यवसाय करण्यासाठी ते खर्च अनिवार्य असतात. वस्तू किंवा सेवेची किंमत ठरवताना अशा सर्व खर्चांचाही समावेश त्यात झालेला असतो. व्यापारासाठी केलेले सर्व खर्च वस्तू / सेवेच्या अंतिम किमतीत समाविष्ट असतात. म्हणजे इनपुट या शब्दाला व्यापक अर्थ आहे. जीएसटीमध्ये इनपुट या शब्दाची व्याख्या केली आहे, त्यानुसार भांडवली वस्तू सोडून वस्तू / सेवेचा पुरवठा करण्यासाठी व्यवसायात आणि व्यवसायासाठी लागणाऱ्या सर्व वस्तू / सेवांचा इनपुटमध्ये समावेश केला आहे. त्याचा वापर प्रत्यक्ष जावक पुरवठ्यासाठी केला असो किंवा पुरवठा करण्याच्या उद्देशाने घेतलेल्या वस्तू /सेवा असोत, असे म्हटले असल्याने आवक (Input) आणि जावक (Output) याचा संबंध दाखवावा लागणार नाही.

संदर्भ : *CGST / SGST, कलम २(५९) (६०) व कलम १६*

भांडवली वस्तूंच्या खरेदीवर क्रेडीट मिळेल का? त्याला काही अटी आहेत का?

उत्पादन, सेवा, व्यापारासाठी काही यंत्रसामग्री घ्यावी लागते. त्यासाठीची किंमत एकदाच द्यावी लागत असली तरी वस्तूची किंमत ठरविताना त्यासाठी आलेल्या भांडवली खर्चाचा विचार करावा लागतो. म्हणून भांडवली वस्तूंवर भरलेल्या कराचे क्रेडीटही मिळणार आहे. खरेदीच्या पहिल्या वर्षी पूर्ण क्रेडीट घेता येईल. ठेवी स्वीकारणे व कर्ज देणे अशा स्वरुपाचे व्यवहार करणाऱ्या बँका, अर्थसाहाय्य करणाऱ्या इतर संस्था यांना उपलब्ध क्रेडीटच्या ५०% क्रेडीट घेता येईल.

कोणत्या खरेदीवर भरलेल्या कराची वजावट / क्रेडीट घेता येणार नाही ?

१) मोटार वाहनावरील कराचे क्रेडीट घेता येणार नाही. मात्र याला काही अपवाद केले आहेत. वाहन विक्री, प्रवासी वाहतूक, माल वाहतूक, मोटार प्रशिक्षण अशा सेवा देण्यासाठी तसेच मालाची वाहतूक करण्यासाठी जर वाहने खरेदी केली असतील, तर त्यांना कर क्रेडीट घेता येईल.

मोटार वाहन असल्याशिवाय फारच थोड्यांना व्यापार, उद्योग, व्यवसाय करणे शक्य आहे. निदान मोठ्या शहरात तरी मोटार वाहन ही गरज आहे. परंतु आपला पूर्वापार चालत आलेला विचार बदलण्यास शासन तयार नाही, असे म्हणावे लागेल. एखाद्या कारखानदाराने त्यांच्या कर्मचाऱ्यांना कामाच्या जागी येण्याजाण्यासाठी जर बस घेतली तर त्यावरील कर परत मिळणे आवश्यक आहे. मग काय करणार? बस सेवा अन्य व्यक्तींकडून घेतली तर बस सेवा देणाऱ्याला कर क्रेडीट मिळेल आणि बस सेवा घेतल्याने कारखानदारास त्याचे क्रेडीट मिळू शकेल.

२) खालील वस्तू /सेवा यांचा पुरवठा

अ) अन्नपदार्थ, पेय, आउट डोअर केटरिंग, सौदर्य प्रसाधने व सेवा, आरोग्यसेवा, सौंदर्य व प्लॅस्टिक सर्जरी, अशा सेवा जर जावक पुरवठ्यासाठी (Outward Supply) केल्या नसतील तर.

आ) क्लब, आरोग्य आणि तंदुरुस्ती केंद्रे (हेल्थ, फिटनेस सेंटर) यांचे सभासदत्व

इ) भाड्याने टॅक्सी, आयुर्विमा, आरोग्य विमा. मात्र जर शासनाने घोषित केलेल्या आणि कोणत्याही कायद्याने मालकाने नोकरास ज्या सेवा देणे बंधनकारक असेल, तर त्यावर क्रेडीट घेता येईल. मात्र जावक पुरवठ्यासाठी (Outward Supply) जर अशा वस्तू सेवा घेतल्या असतील, तर इनपुट टॅक्स क्रेडीट घेता येईल.

ई) सुट्टीवर असताना प्रवासासाठी दिलेल्या सुविधा इ. वर जो कर दिला असेल, त्याचे क्रेडीट मिळणार नाही.

यामागील तर्क काय असावा, असा विचार करता दिसते, की जीएसटी हा अंतिम उपभोग कर (Consumption Based) आहे. सेवक, नोकर, पाहुणा, ग्राहक जेव्हा अन्न सेवन करितो तेव्हा त्या वस्तूचा अंतिम उपभोग होतो.

३) अंतिमतः अचल मालमत्ता म्हणजे इमारत वगैरे उभारण्यासाठी (Construction) कंत्राट पद्धतीचा वापर करून जी कामे केली असतील, त्यासाठी घेतलेल्या वस्तू आणि सेवा. पण जर त्या कंत्राटामुळे प्लॅन्ट आणि मशिनरी उभी राहत असेल, तर त्यावर कर क्रेडीट घेता येईल. जावक सेवा देण्यासाठी जर काही आवक सेवा घेतली असेल तर त्यावर क्रेडीट घेता येईल, असे स्पष्ट केले आहे. म्हणजे कंत्राटदाराने एखादे बांधकाम अन्य कंत्राटदाराकडून करून घेतले असेल तर त्याचे क्रेडीट घेता येईल

४) अंतिमतः अचल मालमत्ता म्हणजे इमारत वगैरे उभारण्यासाठी घेतलेल्या वस्तू आणि सेवा, ज्यांचे हस्तांतरण झालेले नाही. पण जर त्या कंत्राटामुळे प्लॅन्ट आणि मशिनरी उभी राहत असेल, तर त्या वस्तू/ सेवांवर कर क्रेडीट घेता येईल.

इमारत उभारणी (Construction) मध्ये पुनर्बांधणी, जोड बांधकाम, दुरुस्ती, नूतनीकरण, जे भांडवली मालमत्ता म्हणून धरले आहे, अशा कामांचाही समावेश असेल, हे स्पष्ट केले आहे. तसेच प्लॅन्ट आणि मशिनरीसाठी पाया अगर काही आधार आवश्यक असेल, तर त्याचा समावेश प्लॅन्ट आणि मशिनरीमध्ये होईल हे स्पष्ट केले आहे. प्लँट ॲण्ड मशिनरी या संज्ञेमध्ये जमीन, इमारत व अन्य बांधकाम, दूरसंचार मनोरे आणि कारखान्याच्या बाहेरील नळमार्ग (Pipelines) यांचा समावेश होणार नाही म्हणजेच त्यावरील इनपुट टॅक्स क्रेडिट मिळणार नाही. हे दोन वादाचे विषय झाले होते. शासनाला वाद टाळावयाचे आहेत, असे दिसते.

५) तडजोड योजनेनुसार (Composition) ज्या वस्तू / सेवा यांवर कर भरला असेल, त्याचे क्रेडीट घेता येणार नाही. ही तरतूद करण्याची गरज नाही. कारण तडजोड योजनेनुसार कर देणारा व्यापारी बिलात कर आकारूच शकत नाही.

६) ज्या वस्तू अथवा सेवा खासगी आणि वैयक्तिक कारणांसाठी वापरल्या असतील, त्या प्रमाणात कर क्रेडीट घेता येणार नाही.

७) हरवलेल्या, चोरीस गेलेल्या, नष्ट झालेल्या, हिशोबातून काढलेल्या तसेच भेट किंवा नमुना म्हणून मोफत दिलेल्या वस्तूंबाबत क्रेडीट घेता येणार नाही.

८) भांडवली वस्तूंवर आयकर कायद्यानुसार घसारा (Depreciation) घेता येतो. ज्या भांडवली

वस्तूंवर जीएसटीमध्ये कर क्रेडीट घेता येते, त्या कराची रक्कम घसारा घेताना किमतीतून वजा न करता जर घसारा घेतला असेल तर जीएसटीमध्ये कर क्रेडीट घेता येणार नाही.

संदर्भ : *CGST / SGST, कलम १६ व १७*

अनेकदा खरेदीदार बिलाचे पैसे वेळेवर देत नाही मात्र कर भरावा लागतो. खरेदीदाराचा फायदा होतो यावर उपाय आहे का?

शासनाने जो नियम केला आहे त्यामुळे दुकानदाराला पैसे मिळतील असे म्हणता येणार नाही पण जर खरेदीदाराने इनपुट टॅक्स क्रेडीट घेऊनही बिलाची रक्कम १८० दिवसात विक्रेत्यास दिली नसेल तर त्याने घेतलेले क्रेडीट परत फिरवले जाईल व तेवढी रक्कम व्याजासह भरावी लागेल. पैसे दिल्यावर त्याला ते क्रेडीट घेता येईल. व्याजाचा फायदा शासनाला होईल.

कराचे क्रेडीट मिळण्यासाठी कोणत्या कागदपत्राची पूर्तता करावी लागेल? क्रेडीट घेण्यासाठी काही काल-मर्यादा आहे का?

१) वस्तू - सेवा पुरवठा संबंधी टॅक्स इन्व्हॉइस असणे आवश्यक आहे. वस्तूंचा पुरवठा केला जातो, तेव्हा साधारणतः टॅक्स इन्व्हॉइस दिले जाते. सेवा घेताना मात्र या बाबत काळजी घेणे आवश्यक आहे.

२) वस्तू - सेवेचा प्रत्यक्ष पुरवठा झालेला असला पाहिजे. पुरवठा न करताच बिल दिले असेल, तर जोपर्यंत पूर्ण पुरवठा होत नाही तोपर्यंत कर क्रेडीट घेता येणार नाही.

३) क्रेडीट घेण्यासाठी त्या रकमेची इलेक्ट्रॉनिक रजिस्टरमध्ये नोंद करावी लागेल.

४) ज्याने वस्तू - सेवेचा पुरवठा केला त्याने त्याच्या रिटर्नमध्ये हा व्यवहार दाखविला पाहिजे आणि त्यावरील कर पूर्णपणे भरला असला पाहिजे.

व्यापारी, उद्योजकाला यापुढे कोणाकडून वस्तू / सेवा घ्यायची, याबाबत काळजी घ्यावी लागणार आहे. त्यांची विश्वासार्हता तपासून घेणे आवश्यक आहे. कारण पुरवठादाराने जर व्यवहार त्याच्या रिटर्नमध्ये दाखवला नाही किंवा दाखवून त्यावर कर भरला नाही, तर तोपर्यंत कराचे क्रेडीट मिळणार नाही. इनपुट टॅक्स क्रेडीट घेण्याची मुदत वर्ष संपल्यानंतर पुढील सप्टेंबर महिन्याचे विवरणपत्र सादर करण्याच्या मुदतीपर्यंत किंवा वार्षिक विवरणपत्रक (रिटर्न) भरल्याची तारीख यापैकी जी तारीख अगोदर असेल तोपर्यंत ठेवण्यात आली आहे.

संदर्भ : *CGST / SGST, कलम १६*

करमुक्त वस्तू / सेवा देण्यासाठी ज्या वस्तू सेवा घेतल्या असतील, त्यांनाही इनपुट टॅक्स क्रेडीट मिळेल का?

अनेक व्यापारी असे असतात, की त्यांचा काही व्यापार करमुक्त वस्तू / सेवा पुरविण्याचा असतो, तर

काही व्यापार करपात्र वस्तू / सेवा पुरविण्याचा असतो. आवक (Inward) वस्तू /सेवा मात्र दोन्ही प्रकारच्या वस्तू /सेवा पुरविण्यासाठी वापरल्या जातात. त्याचा वेगळा हिशोब ठेवता येतोच, असे नाही. जीएसटी कायद्यातील तरतुदींनुसार अशा परिस्थितीत इनपुट टॅक्स क्रेडीट हे करपात्र वस्तू /सेवेशी संबंधित असेल तेवढेच घेता येईल. त्याचप्रमाणे जर काही वस्तू / सेवा व्यापारी कारणांसाठी आणि वैयक्तिक/खासगी तसेच अन्य कारणांसाठी वापरल्या असतील, तर इनपुट टॅक्स क्रेडीट हे करपात्र वस्तू /सेवेशी संबंधित असेल, तेवढ्यापुरतेच सीमित राहील. त्याचा हिशेब कसा करावयाचा याचे नियम केले आहेत, त्याचा थोडक्यात अर्थ असा होतो की, करमाफ व करपात्र पुरवठ्याच्या किंमतीचे प्रमाण काढायचे व त्या प्रमाणात इनपुट टॅक्स क्रेडीट कमी करायचे.

करमुक्त वस्तू/ सेवा या झिरो रेटेड असतील, तर मात्र इनपुट टॅक्स क्रेडीट घेता येईल.

संदर्भ : *CGST / SGST, कलम १७, नियम ४२*

• • •

टॅक्स इन्व्हॉइस

टॅक्स इन्व्हॉइस देणे बंधनकारक आहे का?

जीएसटी कायद्याप्रमाणे नोंदणीधारक व्यक्तीने वस्तूंचा पुरवठा करतेवेळी वस्तूचे वर्णन, किती वस्तू दिल्या (नग, वजन, लिटर), त्यांची किंमत आणि त्यावरील कर यांचा तपशील असलेले टॅक्स इन्व्हॉइस दिले पाहिजे. तसेच सेवेचा पुरवठा केल्यापासून नियमानुसार ठरविलेल्या मुदतीत सेवेचे वर्णन, किंमत आणि कराची रक्कम हा तपशील असलेले टॅक्स इन्व्हॉइस दिले पाहिजे. याशिवाय आणखी जे तपशील शासनाला आवश्यक वाटतील, त्यासाठी वेगळे नियम केले आहेत.

येथे एक महत्त्वाचा फरक लक्षात ठेवायला हवा, की वस्तूच्या पुरवठ्याची वेळ म्हणजे काय, (time of supply) याचे काही निश्चित नियम आहेत. काही परिस्थितीत वस्तू - सेवा प्रत्यक्ष देण्याअगोदर पुरवठा झाला, असे धरले जाणार आहे. त्या नियमाप्रमाणे पुरवठा झाला की नाही, हे पाहावे लागेल, व त्या त्या वेळी टॅक्स इन्व्हॉइस द्यावे लागेल.

बिलामध्ये कराची रक्कम किती आहे, हे लक्षात येईल, अशा पद्धतीने दाखवले पाहिजे. हा नियम किंमत न देता केलेल्या पुरवठ्याला लागू होणार नाही.

संदर्भ : *CGST / SGST, कलम ३१*

बिलात कोणते तपशील असावेत, याबाबतचे प्रस्तावित नियम प्रसिद्ध केले आहेत का? त्यानुसार आणखी कोणते तपशील असणे आवश्यक आहे?

जीएसटीनुसार ज्या वस्तू / सेवांचा पुरवठा केला जाईल, त्यांच्या बिलांच्या तपशीलाबाबतचे नियम प्रसिद्ध केले आहेत. त्यानुसार खालील तपशील देणे आवश्यक आहे. आपसमेळ (Composition)

योजनेचा लाभ घेणाऱ्या व्यापाऱ्याला टॅक्स इन्व्हॉइस देता येणार नाही. त्याने पुरवठ्याचे बिल (Bill of Supply) द्यायचे आहे त्यात कर वेगळा दाखविता येणार नाही.

१) पुरवठादाराचे नाव, पत्ता आणि जीएसटी आयडेंटीफिकेशन नंबर (GSTIN)

२) त्या आर्थिक वर्षासाठीचे अक्षरी/अंकी अनुक्रमांक (कोणत्या आर्थिक वर्षातील आहेत, हे समजणे अपेक्षित आहे.) सोळा पेक्षा जास्त अंक/अक्षरे (Characters) नसावीत /- याचा वापर करता येईल.

३) टॅक्स इन्व्हॉइसची तारीख

४) ज्याला पुरवठा केला त्याचे नाव, पत्ता, पुरवठ्याचे ठिकाण. ती व्यक्ती नोंदणीकृत असेल तर त्याचा जीएसटी आयडेंटीफिकेशन नंबर (GSTIN) किंवा युनिक आयडेंटिफिकेशन नंबर

५) जर पुरवठा घेणारा नोंदणीकृत नसेल तर आणि पुरवठ्याचे मूल्य रू. ५०,००० किंवा त्यापेक्षा जास्त असेल तर त्या व्यक्तीचे नाव, पत्ता, पुरवठा कुठे केला तो पत्ता आणि त्या राज्याचा पिनकोड नंबर. रु. ५०,००० पेक्षा कमी रकमेचा पुरवठा असेल तर पुरवठादाराने सांगितल्यास त्याचा नाव, पत्ता लिहावा.

६) वस्तूचा HSN कोड, सेवेचा Accounting Code.

७) ज्या वस्तू / सेवेचा पुरवठा केला त्याचे वर्णन

८) किती नग दिले / वस्तू किती प्रमाणात दिली त्याचे मोजमाप

९) वस्तू / सेवेची एकूण किंमत/ मूल्य

१०) किमतीत सूट दिली असल्यास ती वजा जाता येणारी करपात्र किंमत.

११) करदर - राज्याचा (SGST/ UTGST), केंद्राचा (CGST / UTGST) आणि आंतरराज्य कर (IGST / UTGST), Compensation Cess

१२) कराची एकूण रक्कम - राज्याची (SGST)/ केंद्राची (CGST) आणि आंतरराज्य कर (IGST)

१३) आंतरराज्य पुरवठा असेल तर पुरवठ्याचे ठिकाण आणि संबंधित राज्याचा कोड नंबर.

१४) पुरवठा वितरणाचे ठिकाण आणि नियमानुसार पुरवठा केल्याचा पत्ता हे वेगळे असतील तर प्रत्यक्ष पोहोच जेथून मिळाली, तो पत्ता. (पुरवठा कुठे झाला, हे ठरविण्याचे नियम वेगळे आहेत, ते समजून घेतले पाहिजेत. विशेषतः सेवेच्या बाबतीत ते समजायला काहीसे किचकट आहेत.)

१५) कर Reverse Charge पद्धतीने भरावयाचा असेल तर ते नमूद करावे.

१६) पुरवठादाराची किंवा त्याच्या अधिकृत प्रतिनिधीची सही / डिजिटल सही.

संदर्भ : *नियम ४६*

Harmonised System of Nomenclature, Accounting Code of services म्हणजे काय ?

जगात दोनशेच्या वर देश आहेत. भारतातही कितीतरी विविधता आहे. एकाच वस्तूला वेगवेगळ्या देशांत, प्रदेशांत वेगवेगळी नावे आहेत. जागतिक व्यापार जसा वाढत गेला, तसा आयातीवर कर लावला

जाऊ लागला. नक्की कोणती वस्तू आयात केली, याबाबत निश्चितता येणे गरजेचे झाले. अनेक कंपन्या देशात कार्यरत झाल्या. बेल्जियम देशातील ब्रुसेल्स येथे कस्टम को-ऑपरेटीव्ह कौन्सिल स्थापन झाली. त्यात २०० देशांचे प्रतिनिधित्व आहे. त्या कौन्सिलने वस्तूंचे वर्गीकरण आणि प्रमाणीकरण केले असून वस्तूचे प्रकार, गुण, वापर इ. अनेक गोष्टी लक्षात घेऊन क्रमांक दिले आहेत. हे क्रमांक जगातील सर्व देशात सारखेच असतात.

पहिले २ अंक सर्वसाधारण वर्ग - चॅप्टर व दुसरे दोन अंक त्या वर्गातील विशिष्ट वर्ग - हेडिंग दर्शवतात. त्यापुढील दोन अंक त्यातील पोट वर्ग / उपवर्ग दर्शवितात. प्रत्येक देश आपापल्या गरजेप्रमाणे आणखी दोन अंक वाढवून अधिक तपशिलाने वर्गवारी करू शकतो. एक उदाहरण घेतले तर HSN कसे बनविले आहे हे समजेल.

टरफलासहित तांदूळ याचा HSN Code 1006 10 असा आहे. ही वस्तू धान्य या सर्वसाधारण वर्गातील आहे. पहिले दोन अंक म्हणजे १०, 'धान्य' हा वर्ग दाखवतात. तांदूळ ह्या शब्दावरून नक्की कोणते धान्य, हे समजते. दुसरे दोन अंक म्हणजे ०६, त्यासाठी आहेत. टरफलासहित तांदूळ यावरून उपवर्ग समजतो. त्यासाठी नंतरचे दोन अंक आहेत (१०). चिनी भाषेत टरफलासहित तांदळाला जे म्हणत असतील ते आपल्याला समजणे अवघड आहे. तरी HSN कोड समजला की नेमकी वस्तू कोणती, याचा बोध होतो.

सेवाक्षेत्रासाठी अकौंटिंग कोड नंबर निश्चित केले आहेत. HSN पेक्षा याची संख्या खूप कमी आहे, हे समजण्यासारखे आहे. वस्तूंची संख्या सेवेच्या संख्येपेक्षा कितीतरी अधिक असते. अर्थव्यवस्थेत निर्णय घेताना कोणत्या वस्तू / सेवांना मागणी आहे, हे समजणे आवश्यक असते. उपलब्ध माहितीवरून आर्थिक, सामाजिक विश्लेषण करता येते.

कर लागू नये या उद्देशाने अनेक ग्राहक बिल नको म्हणतात. त्यांना टॅक्स इनव्हाइस देणे बंधनकारक आहे का? कर न दाखवता साधे बिल देता येईल का ?

जर रु. २०० पेक्षा कमी किंमतीच्या वस्तू, सेवा अथवा दोन्हींचा पुरवठा केल्यास टॅक्स इन्व्हॉइस देण्याची गरज नाही. मात्र ग्राहकाने मागणी केल्यास ते द्यावे लागेल. दिवसभरात अशाप्रकारे टॅक्स इन्व्हाइस न देता केलेल्या पुरवठ्याचे एकच बिल तयार करावयाचे आहे, ही मर्यादा किमान रु. १०००/- पर्यंत वाढवणे आवश्यक आहे.

संदर्भ : *कलम ३१*

छोट्या व्यापाऱ्यांना प्रत्येक बिलात HSN कोड देणे अवघड आहे, त्यांच्या साठी काही वेगळे नियम आहेत का?

एक्साइज लागू नसणारे असंख्य व्यापारी आहेत, ज्यांना आत्तापर्यंत HSN सारख्या संकल्पना माहिती नाहीत. त्यांना यापुढे त्या समजून घ्याव्या लागतील. कोणत्या व्यापाऱ्यांनी सांकेतिक क्रमांक (कोड नं.) देणे आवश्यक आहे याबाबत शासन निर्णय घेऊ शकते. त्यानुसार शासनाने एक नोटीफिकेशन

काढले आहे त्याप्रमाणे ज्या व्यापाऱ्याची उलाढाल पाच कोटी असेल, त्यांना पहिले चार अंक द्यावे लागतील. दीड कोटी ते पाच कोटी उलाढाल असेल तर पहिले दोनच अंक दिले तरी चालतील. दीड कोटींपेक्षा कमी उलाढाल असेल तसेच कंपोझिशन स्कीमप्रमाणे कर भरणाऱ्या व्यापाऱ्यांना HSN देणे बंधनकारक नसेल. या बाबत वेळोवेळी पुनर्विचार करून धोरण निश्चित केले जाईल.

व्यापाऱ्याने लावलेला कर योग्य आहे का, हे शासनाला समजावे म्हणून HSN चा वापर वाढत जाणार आहे. हे लक्षात घेऊन आपण ज्या वस्तूंचा व्यापार करतो त्याचे HSN कोड माहिती करून घेणे श्रेयस्कर होईल. आयात व निर्यात व्यापारात ८ अंकी HSN कोड वापरावा लागेल.

वस्तू अथवा सेवेचे निर्यात विषयक इनव्हाइस असल्यास IGST कर भरुन निर्यात करण्यात येणार आहे, की IGST न भरता बाँड देऊन किंवा लेटर ऑफ अंडरटेकिंग देऊन निर्यात करणार आहे हे ठळकपणे नमूद करणे आवश्यक आहे.

• • •

वस्तूसाठी लागू असणारा HSN code आणि सेवांसाठी लागू असणारे SC याची भली मोठी यादी प्रसिद्ध केली आहे. ते साहजिकच आहे. पण त्यामुळे नेमके कसे बघायचे या बद्दल संभ्रम आहे. आपापल्या व्यवसायासाठी लागू होणारा कोड शोधणे सोपे जावे म्हणून एक यादी या पुस्तकात दिली आहे. त्यात विषय दिले आहेत. आपला व्यवसाय काय आहे हे प्रत्येकाला माहित असते. त्या त्या विषयाला लागू असणारे कोड नंबर बघून त्याप्रमाणे आपण ज्यात व्यापार, धंदा, उद्योग, व्यवसाय करतो त्याचा तपशील बघावा.

Service Account Code (SAC)

Sr. No	Section & Particulars of Services	SAC Code Heading No.
1	**Section 5 : Construction Services**	9954
2	**Section 6: Distributive Trade Services Accomodiation, Food& Beverages Service, Transport Services, Gas & Electricity Distribution Services**	
	Services in Whole Sale trade	9961
	Services in retail trade	9962
	Accommodation, Food and beverage services	9963
	Passenger transport services	9964
	Goods Transport Services	9965
	Rental services of transport vehicles with or without operators	9966
	Supporting services in transport	9967
	Postal and courier services	9968
	Electricity, gas, water and other distribution services	9969
3	**Section 7: Financial and related services; real estate services; and rental and leasing services**	
	Financial and related services	9971
	Real estate services	9972
	Leasing or rental services with or without operator	9973
4	**Section 8: Business & Production Services**	
	Research and development services	9981
	Legal and accounting services	9982
	Other professional, technical and business services	9983
	Telecommunications, broadcasting and information supply services	9984
	Support services	9985
	Support services to agriculture, hunting, forestry, fishing, mining and utilities.	9986
	Maintenance, repair and installation (except construction) services	9987

Service Account Code (SAC)

Sr. No	Section & Particulars of Services	SAC Code Heading No.
	Manufacturing services on physical inputs (goods) owned by others	9988
	Other manufacturing services; publishing, printing and reproduction services; materials recovery services	9989
5	**Section 9 : Community, Social & Personal Services and other miscellaneous services**	
	Public administration and other services provided to the community as a whole; compulsory social security services	9991
	Education services	9992
	Human health and social care services	9993
	Sewage and waste collection, treatment and disposal and other environmental protection services	9994
	Services of membership organizations	9995
	Recreational, cultural and sporting services	9996
	Other services	9997
	Domestic services	9998
	Services provided by extraterritorial organizations and bodies.	9999

HSN Code for Goods

Section	Subject : Grouping	Chapters
I	Animal & Animal Products	1 to 5
II	Vegetable Products	6 to 14
III	Animal Or Vegitable Fats & Oil	15
IV	Prepared Food Stuff Beverage	16 to 24
V	Minerals Products	25 to 27
VI	Products of Chemicals & Allied Industreis	28 to 38
VII	Plastic & Rubeer and their Articles	39 to 40
VIII	Raw hides & Skins Lather and Articles	41 to 43
IX	Wood ,Cork,Straw and their Articles	44 to 46
X	Pulp of wood ,Paper -board and articles	47 to 49
XI	Textiles & Textiles Prdocucts	50 to 63
XII	Footwear ,Headgear ,Umbrellas Articles of humain hair	64 to 67
XIII	Articles of Stone,Plaster ,Ceramic,mica glass	68 to 70
XIV	Pearls ,Precious metals	71
XV	Base Metals and articles of base metals(Iron steel, Copper,Nicle Zinc& Tin)	72 to 83
XVI	Machinery and Mechanicals Appliances ,Electricals Equipments ,television	84 to 85
XVII	Vehcles,Aircrafts ,Vessels and associated transport equipment	86 to 89
XVIII	Opticals ,Photographic,medicals,surgical instruments ,clocks,musical instruments	90 to 92
XIX	Arms & Ammunition	93
XX	Misc Manafactured Articles like Furniture,toys	94 to 96
XXI	Works of Arts Collectors Pieces and Antiques	97 to 99

विवरणपत्रे सादर करणे
(Filing Returns)

कोणत्या व्यक्ती करपात्र आहेत याची माहिती शासनाला असणे, हा नोंदणी करण्यामागील हेतू आहे. कर गोळा करण्यातील आणि अंमलबजावणीतील पुढचा व सर्वांत महत्त्वाचा भाग म्हणजे व्यापार/व्यवहारांची माहिती वेळच्या वेळी शासनाला मिळणे आणि त्यानुसार कर जमा होणे. म्हणून कर कायद्यात वेळच्या वेळी विवरणपत्र सादर करण्याला अनन्यसाधारण महत्व असते. आयकर हा वर्षातील उत्पन्नावर असल्याने वर्षात एकच रिटर्न भरावे लागते. पण करकपातीची रिटर्न्स जास्त असतात. जीएसटी हा कर प्रत्येक व्यवहाराशी निगडीत असल्याने त्या संबंधीची माहिती वेळोवेळी आणि अचूकपणे मिळणे अत्यंत महत्त्वाचे आहे. त्यासाठी प्रत्येक नोंदणीकृत व्यक्तीला विवरणपत्रके भरणे अनिवार्य केले आहे.

या शिवाय, जीएसटीच्या योजनेप्रमाणे इनपुट क्रेडीट वजा जाता आउटपुट कर रोख भरावा लागतो. तो किती, हे ठरविण्यासाठी ज्याच्याकडून खरेदी केली, त्याने तो व्यवहार हिशोबात दाखविला आहे की नाही, हे कळणे आवश्यक आहे. त्यासाठी जी कार्यपद्धती तयार केली आहे, त्यानुसार विवरणपत्रके केव्हा, कशी भरावयाची याचे नियम बनविले आहेत. पुढील काळात संगणक प्रणालीस अनुकूल नियम येणार आहेत. याचा अनुभव महाराष्ट्रातील करदात्यांना आहे.

वर्षात ३६ रिटर्न भरायला लागणार अशा बातम्या आल्या आहेत. हे खरे आहे का?

याचे व्यावहारिक उत्तर 'होय' असे आहे आणि कायदेशीर उत्तर 'नाही' असे आहे. कायद्यात ज्याला रिटर्न असे म्हटले आहे ते दरमहा एक आणि वार्षिक एक अशी कमीतकमी १३ रिटर्न्स होतात. त्याला अपवाद आहे तडजोड योजनेनुसार कर भरणाऱ्या व्यापाऱ्यांचा. रिटर्नचे नमुने प्रसिद्ध केले आहेत. त्याचे

नियमही प्रसिद्ध केले आहेत. आता व्यावहारिकदृष्ट्या ३६ रिटर्न्स कसे होतात, ते पाहू या. जे नियम बनविले आहेत त्यानुसार एका वर्षासाठी ३६ पेक्षा जास्त वेळा माहिती उपलोड करावी लागणार आहेत. महिना संपल्यावर १० तारखेस पहिले स्टेटमेंट, १५ तारखेस दुसरे आणि २० तारखेस रिटर्न अपलोड करायचे आहे. म्हणून व्यवहारात त्याला ३६ रिटर्न्स असे म्हटले आहे.

एकूण रिटर्न उपलोड करणे हा प्रकार किचकट आहे असे वाटते. अशी वेगवेगळी स्टेटमेंट कशा साठी आहे?

याचा उद्देश बघण्यापूर्वी कशाकशाची पूर्तता करावी लागणार आहे, ते पाहूया.

अ) महिना संपल्यापासून १० दिवसांच्या आत प्रत्येक नोंदणीकृत करदात्याने त्या महिन्यात केलेल्या जावक पुरवठ्याबाबतचा (Outward Supply) तपशील ठराविक नमुन्यात संकेतस्थळावर अपलोड करायचा आहे. (याला पहिले रिटर्न म्हणूया.)

आ) या तपशिलावरून संकेतस्थळ पुरवठा स्वीकारणाऱ्या नोंदणीकृत करदात्यांना (Recipient Taxable Person) त्यांच्या इनपुट क्रेडीटचा तपशील उपलब्ध करून देईल.

इ) प्रत्येक नोंदणीकृत करदात्याने असा संकेतस्थळावरील उपलब्ध तपशील व आपापल्या हिशेब पुस्तकाप्रमाणे असलेला आवक पुरवठ्याचा तपशील (Details of Inward Supplies) पडताळून पहावा. त्यात काही बदल, दुरुस्ती, वाढ करायची असल्यास करावी.

ई) महिना संपल्यापासून १० तारखेनंतर पण १५ तारखेपूर्वी प्रत्येक नोंदणीकृत करदात्याने त्या महिन्यात केलेल्या आवक पुरवठ्याबाबतचा (Inward Supply) तपशील ठराविक नमुन्यात संकेतस्थळावर उपलोड करावे. (याला दुसरे रिटर्न म्हणूया.) यात कोणत्या बिलाबाबत इनपुट टॅक्स क्रेडीट घेता येत नसेल तर आणि अन्य काही माहिती देखील द्यावयाची आहे.

उ) वर उल्लेख केलेल्या दोन्ही तपशिलावरून संकेतस्थळावर विवरणपत्र पहावयास मिळेल. त्यात योग्य ते बदल करता येतील आणि जावक उलाढाल, त्यावरील एकूण कर, इनपुट टॅक्स किती वापरले, त्यावरील देय कर, रोख कर किती भरला याचा तपशील असणारे मासिक विवरणपत्रक संकेतस्थळावर अपलोड करावे. (हे तिसरे रिटर्न). हे रिटर्न महिना संपल्यापासून २० तारखेच्या पूर्वी सादर करायचे आहे. देय कर भरण्याची अंतिम मुदतही तीच असणार आहे.

आत्तापर्यंत व्यापारी एकमेकांतील व्यवहाराचा ताळमेळ, वर्ष संपताना, अथवा आयकराचे ऑडिट करताना, आयकराचे रिटर्न भरण्याच्या वेळी घालत. अनेकवेळा दुसऱ्याने प्रतिसाद दिला नाही, तर तेही राहून जायचे. जीएसटी आल्यावर वरील सिस्टीममुळे प्रत्येक महिना संपल्यापासून १५ दिवसांत आपापल्या ग्राहकाच्या आणि पुरवठादारांच्या हिशेबाशी ताळमेळ पूर्ण होणार आहे. ज्यांना वैध आणि सरळ धंदा करायचा आहे, त्यांना ही योजना उपयुक्त ठरणार आहे. कर किती भरायचा हे अगोदर ठरवून त्याप्रमाणे विक्री दाखविणे हे जीएसटीमध्ये अवघड होईल.

संदर्भ : *CGST / SGST, कलम ३७, ३८, ३९*

तडजोड योजनेनुसार कर भरावयाचा असेल तर इतक्या माहितीची गरज काय ?

या योजनेत किरकोळ व्यापारी असतील. त्यांनी तिमाही रिटर्न भरावयाचे आहे. त्यांना जावक पुरवठ्याचा (outward supply) तपशील द्यावा लागणार नाही मात्र आवक पुरवठ्याचा (inward supply) तपशील द्यावा लागेल. तिमाही संपल्यापासून १८ दिवसांत त्याचा तपशील अपलोड करावयाचा आहे.

आणखी काही तपशील, रिटर्न्स भरावे लागणार आहेत का ?

प्रत्येक नोंदणीकृत करदात्याने ३१ डिसेंबरपूर्वी मागील वर्षासाठीचे रिटर्न भरायचे आहे. या शिवाय ज्या व्यापाऱ्यांना करकपात (TDS) करून करभरणा करावा लागणार आहे, ज्यांना रिव्हर्स चार्जनुसार कर द्यावा लागणार आहे अशांना त्या बाबतची वेगळी रिटर्न्स वेळोवेळी भरावी लागतील. ती दरमहा भरावयाची आहेत.

एकूणच रिटर्न्स तयार करणे आणि त्याची पूर्तता करणे यासाठी प्रत्येक व्यापाऱ्याला अधिक दक्षता घ्यावी लागणार आहे. हिशेब अचूक, नेमके असायला पाहिजेत. ते वेळच्या वेळी पूर्ण करण्याची सवय चांगलीच असते. जीएसटी कायदा तशी सवय लागण्यास कारणीभूत होत असेल तर त्याचे स्वागत करायला पाहिजे. मात्र हिशेब ठेवण्याच्या व रिपोर्ट तयार करण्याच्या कार्यक्षम संगणक प्रणाली उपलब्ध झाल्या पाहिजेत.

यात एक गोष्ट गृहित धरली आहे, की शासकीय संगणक प्रणाली सशक्त असेल. वेगवेगळ्या ठिकाणांहून शासकीय संकेतस्थळावर मिळणाऱ्या माहितीचे पृथःकरण बिनचूक आणि गतिमान असेल. तसे नसेल तर व्यापाऱ्यांची परवड होईल. कारण शासनाची चूक झाली, त्यांची संगणक प्रणाली अकार्यक्षम असेल तर त्याबद्दल कोणी कर्मचारी दोषी नसतो. त्याचा सर्व त्रास सोशिक करदाते व कर सल्लागारांनी सोसायचा असतो, असे इतिहास सांगतो. लोकशाही आली तर 'King Can Do No Wrong' ही वृत्ती जात नाही.

• • •

जॉब वर्क आणि वर्क्स कॉन्ट्रॅक्ट

एक्साइज कायद्यानुसार जॉब वर्कसाठी पाठवलेल्या मालाबाबत विस्तृत तरतुदी आहेत. जीएसटीमध्ये त्यात काही बदल होईल का ?

जीएसटीमध्ये वेगवेगळे कायदे एकत्र येणार आहेत. त्या त्या कायद्यातील संकल्पना जीएसटीमध्ये दिसून येतात. वेगवेगळ्या कायद्यांत एकाच शब्दाचा अर्थ थोडा वेगवेगळा असतो, आहे. एक्साइज हा उत्पादनावरील कर असल्याने, उत्पादन प्रक्रियेतील काही भाग जर उत्पादन क्षेत्राबाहेर करून घ्यावयाचा असेल तर ज्या ठिकाणी अशी प्रक्रिया करायची असेल ते ठिकाण आणि ती प्रक्रिया करणारा (जॉब वर्कर) यांची नोंद एक्साइज खात्याकडे करून मूळ माल उत्पादकाकडे परत येण्यासाठी कागदपत्रांची पूर्तता करणे आवश्यक आहे. त्या तरतुदींचे प्रतिबिंब जीएसटी मध्ये दिसून येते.

जॉब वर्कची जीएसटी कायद्यातील प्रस्तावित व्याख्या अशी आहे :

दुसऱ्या करपात्र व्यक्तीच्या वस्तूंवर प्रक्रिया (Process) अथवा उपचार - सोपस्कार (Treatment) करण्याचे काम म्हणजे जॉब वर्क आणि त्यानुसार जॉब वर्कर या शब्दाचा अर्थ घ्यावा.

या व्याख्येवरून असे दिसून येते, की, उत्पादकासाठी केलेली प्रक्रिया अशी कल्पना ठेवलेली नाही. त्यामुळे उत्पादनातील एक भाग नसलेल्या प्रक्रियांनादेखील जॉब वर्कसंबंधीचे नियम लागू होतील. Process आणि Treatment या शब्दांची व्याख्या दिलेली नाही. वस्तूची केवळ विक्री करणारे देखील काही प्रक्रिया बाहेरुन करून घेतात. उदा. सराफ सोन्याचे दागिने, चांदीची भांडी इ. पॉलीश करून आणतात. अनेक वस्तूंना हल्ली पावडर कोटिंग करून घेतात. अशा व्यवहारांना जॉब वर्क संबंधित नियम

लागू होतील. प्रिंटींग व्यवसायातील अनेक कामे रोजच्या रोज बाहेरून करून घ्यावी लागतात. हा विषय छोट्यामोठ्या व्यापाऱ्यांना त्रासाचा होण्याची शक्यता आहे. कामाच्या ठिकाणीच बाहेरील व्यक्ती येऊन काही कामे करुन देतात, तसेच कर्मचाऱ्यांना/नोकरांना त्यांच्या घरी काम दिले जाते त्याला या तरतुदी लागू होणार नाहीत, त्याच्या तरतुदी अधिक स्पष्ट केल्या पाहिजेत.

कार्य कंत्राटाला (Works Contract) व्हॅट आणि सेवा कर दोन्ही लागत होते. जीएसटी मध्ये कसा कर लागेल? हा विषय सध्या फार गुंतागुंतीचा आहे. त्यात काही दिलासा मिळेल का?

कार्य कंत्राट (Works Contract) हे सेवा धरले जातील, असे म्हटले आहे. त्यामुळे वाद कमी होतील, अशी आशा आहे. कार्य कंत्राटाची व्याख्या व्हॅट आणि सेवा कर कायद्यात थोडी वेगवेगळी आहे. व्हॅटनुसार जी वर्क्स कॉन्ट्रॅक्ट्स धरली जायची, त्यातील काही सेवाकरासाठी वेगळ्या सेवेखाली करपात्र होतात. जॉब वर्क किंवा वस्तू संबंधातील दुरुस्तीसारखी कामे सेवाकरासाठी वर्क्स कॉन्ट्रॅक्ट नव्हती, पण व्हॅटमध्ये ती वर्क्स कॉन्ट्रॅक्ट्स धरली जातात. त्यामुळे करदात्यांचाच नव्हे, कर सल्लागारांचाही गोंधळ होतो. त्यामुळे जीएसटीमध्ये वर्क्स कॉन्ट्रॅक्टची व्याख्या काय आहे, हे बघणे उद्‌बोधक ठरेल. ती अशी केली आहे :

कार्य कंत्राट म्हणजे ज्या कंत्राटात काम करीत असताना वस्तूंचे हस्तांतरण होते, असे कंत्राट. ज्यात अचल मालमत्तेसंबंधी बांधकाम (Building, Construction), जोडकाम (Fabrication), पूर्ण करणे (Completion), उभारणे (Erection), बसविणे (Installation), जोडणे (Fitting out), सुधारणे (Improvement), बदलणे (Modification), दुरुस्ती (Repair), देखभाल (Maintenance), नूतनीकरण (Renovation), रूपांतरण (Alteration), सुरु करणे (Commissioning) या कामांचाही समावेश आहे.

याचा थोडक्यात अर्थ असा की व्हॅट कायद्यात जो अर्थ होता, त्यापेक्षा वेगळा अर्थ आहे. जीएसटी खालील व्याखेत उत्पादन आणि प्रक्रिया हे शब्द नाहीत. असे जे काही फरक केले त्या मागे कायदा बनविणाऱ्यांचा काय उद्देश आहे, हे समजायला वेळ लागेल. वर्क्स कॉन्ट्रॅक्ट ही सेवा आहे असे धरल्यामुळे सेवा कुठे दिली (Place of Supply) हे ठरवताना सेवेसंबंधीचे नियम लागू होतील. वर्क्स कॉन्ट्रॅक्ट करताना वस्तूंचा पुरवठा देखील करायला लागतो. त्यासाठी कोणते नियम लावायचे, करकपातीचे नियम अशा व्यवहारांना लागू होणार का, करारात वस्तूंची किंमत आणि सेवेची किंमत वेगवेगळी दाखविली असेल तर त्याला वर्क्स कॉन्ट्रॅक्ट म्हणायचे की नाही, वस्तूंची आंतरराज्य वाहतूक होत असेल तर कर कसा लागणार, असे अनेक प्रश्न निर्माण होऊ शकतात. वर्क्स कॉन्ट्रॅक्ट हा जीएसटीमध्ये देखील गुंतागुंतीचा राहील, अशी रास्त भीती आहे.

कार्य कंत्राट हा संयुक्त पुरवठा असून तो सेवेचा पुरवठा आहे असे समजले जाईल. मात्र काही प्रश्न शिल्लक राहतातच. चल मालमत्ता (Movable Property) संबंधीची दुरुस्ती, देखभाल इ. स्वरुपाचे

व्यवहार जीएसटी मध्ये वर्क्स कॉन्ट्रॅक्टच्या व्याख्येत येत नाहीत. मात्र अशा व्यवहारात वस्तुचा व सेवेचा पुरवठा एकत्रितरित्या होत असतो. त्याला संयुक्त पुरवठा म्हणायचे का मिश्र पुरवठा (Mixed Supply) म्हणायचे हा वाद राहणार आहे. करदर वस्तूचा लावायचा की सेवेचा असा संभ्रम निर्माण होईल.

कायदा तयार करणाऱ्यांनी जॉब वर्क्स आणि वर्क्स कॉन्ट्रॅक्ट या विषयांकडे अधिक लक्ष द्यायला हवे. उदाहरणे देऊन शासनाला काय म्हणायचे आहे, ते स्पष्ट व्हायला पाहिजे. मोठी वर्क्स कॉन्ट्रॅक्ट वर्षानुवर्षे चालतात. त्यामुळे त्यावरील कर कोणी, केव्हा, कोणाला द्यायचा याबाबत संभ्रम ठेवू नये.

संदर्भ : *CGST / SGST, कलम २(११९), परिशिष्ट २*

• • •

संयुक्त पुरवठा आणि संमिश्र पुरवठा
(Composite Supply and Mixed Supply)

व्यापार करणारा प्रत्येक व्यवहार हा वस्तू आहे का सेवा आहे, असा विचार करून मग वेगवेगळे बिल करीत नाही. अनेक व्यवहारात दोन्ही समाविष्ट असतात. वस्तूवरील कर दर आणि आकारणीचे नियम आणि सेवांवरील करदर आणि आकारणीचे नियम काही प्रमाणात भिन्न आहेत. एका व्यवहारात वस्तू आणि सेवा दोन्हीचा समावेश असेल, किंवा एकाच व्यवहारात करदर वेगवेगळे असणाऱ्या अनेक वस्तू अगर सेवा असतील तर त्यावर कर कसा आकारायचा असा प्रश्न निर्माण होतो. त्यासाठी जीएसटी कायद्यात दोन व्याख्या समाविष्ट केल्या आहेत. त्यामुळे काही प्रश्नांची उत्तरे मिळतील. परंतु काही नवे प्रश्न येऊ शकतील.

वस्तूंचा पुरवठा करताना करारानुसार वाहतुकीसारख्या काही संबंधित सेवा देणे बंधनकारक असते. त्यातील वस्तूंच्या किमतीवर आणि वाहतुकीच्या किमतीवर वेगवेगळा कर भरावा लागेल का?

वस्तूंचा पुरवठा करताना त्याला पॅकिंग करून देणे गरजेचे असते. काही वेळा दूरच्या शहरात वस्तू पोचवायच्या असतात. वाहतुकीत नुकसान झाले तर, त्यासाठी वाहतूक विमा काढला जातो. परंतु पॅकिंग घेणे हा कधीच उद्देश नसतो. पॅकिंग हा वस्तूचा दुय्यम पुरवठा आहे तर वाहतूक आणि विमा या दुय्यम सेवा आहेत. कॉम्पोझिट सप्लायची जी व्याख्या केली आहे, त्याप्रमाणे व्यवहारातील प्रमुख पुरवठा असेल त्याला 'पुरवठा' समजावा, असे म्हटले आहे. दुसरे उदाहरण घेऊया. डॉक्टरकडे गेल्यावर अनेकदा काही तपासण्या कराव्या लागतात. त्यासाठी काही औषधे दिली जातात. एक-दोन तासांनंतर

काय परिणाम झाला, असे बघितले जाते. वैद्यकीय तपासणीसाठी जे औषध दिले जाते, ते गौण असून सेवेचा भाग असते. प्रमुख व्यवहार सेवा देण्याचा आहे.

व्यापार व्यवहारात नैसर्गिकरीत्या ज्या वस्तू अगर सेवा प्रमुख पुरवठ्याबरोबर एकत्रितरीत्या दिल्या जातात, अशा पुरवठ्यास संयुक्त पुरवठा (composite supply) असे संबोधले आहे. त्यातील प्रमुख पुरवठा वस्तू असेल तर तो वस्तूचा पुरवठा होईल आणि प्रमुख पुरवठा सेवा असेल तर तो सेवेचा पुरवठा धरला जाईल आणि त्यानुसार करदर आणि आकारणीचे नियम लागू होतील.

संदर्भ : *CGST / SGST, कलम २(३०) आणि ८*

व्यावसायिक गरजेनुसार अनेकदा वस्तू एकत्रित करून त्याचा सेट विकला जातो. सेटची किंमत असते. त्यातील वस्तूंवरील करदर वेगवेगळा असतो. अशा वेळी कर कसा लावायचा ?

समजा, सौंदर्य प्रसाधनाचा संच केला आहे. त्यात कंगवा, बांगड्या, बिंदी, फेस पावडर, आरसा, तेल, परफ्युम, लिपस्टिक अशा अनेक वस्तू असतात. या वस्तू स्वतंत्रपणे विकल्या तर त्यावरील करदर वेगवेगळा असतो. मात्र पूर्ण संचाची किंमत एकच असते. प्रत्येक वस्तूची किंमत वेगळी काढणे शक्य नसते. अशा पुरवठ्याला 'संमिश्र पुरवठा' (Mixed Supply) असे म्हटले आहे. काही वेळा काही वस्तू आणि काही सेवा यांचे एक पॅकेज दिलेले असते. यातील वस्तू आणि /अथवा सेवा एकमेकांशी संलग्न नसतात, पण एकत्र विकल्या जातात. म्हणजे वर उल्लेख केला त्याप्रमाणे एक प्रमुख पुरवठा आणि अन्य संलग्न दुय्यम सेवा असे नसते. अशा संमिश्र पुरवठ्याबाबत असे म्हटले आहे, की त्यातील ज्या वस्तू/ सेवेवर अधिक करदर असेल, त्या दराने कर आकारणी करण्यात यावी. म्हणजे वरील उदाहरणात लिपस्टिकचा करदर २८% म्हणजे सर्वात जास्त आहे म्हणून प्रसाधन संचातील सर्व वस्तूंवर त्याच दराने कर द्यावा लागेल.

संदर्भ : *CGST / SGST, कलम २(७३) आणि ८*

जीएसटी कायद्यातील परिशिष्ट २ प्रमाणे

वर्क्स कॉन्ट्रॅक्टचे व्यवहार तसेच खाद्यपदार्थ, पेये याची सेवा यात वस्तू आणि सेवा या दोन्हीचा समावेश असतो मात्र हे व्यवहार सेवा समजले जातील. शिवाय असे व्यवहार संयुक्त पुरवठा (composite supply) समजले जातील.

• • •

पुरवठ्याची वेळ
(Time of Supply)

व्यापारी जेव्हा व्यवहार करतात, तेव्हा शासन हजर नसते. करदेखील प्रत्येक व्यवहार झाल्या झाल्या भरायचा नसतो. तो ठराविक मुदतीनंतर भरायचा असतो. त्यामुळे शासनाचे त्यावर काही नियंत्रण असणे आवश्यक असते. त्यासाठी व्यापारात कोणती कागदपत्रे ठेवली जातात, ठेवायला पाहिजेत यांच्या आधारे करपात्र व्यवहार केव्हा झाला, याची वेळ नक्की करावी लागते. आत्तापर्यंत विक्री ही कल्पना माहिती आहे. वस्तूची विक्री या कल्पनेत एकाकडून दुसऱ्याकडे मालकी जाणे हा कर लावण्याचा बिंदू होता. विक्री हा जीएसटीचा विषय नाही, जीएसटीचा विषय पुरवठा आहे. त्यामुळे मालकी हक्क हस्तांतरित झाले नाहीत तरी पुरवठा होऊ शकतो. पुरवठा जेव्हा होणार तेव्हा करदायित्व येणार. वस्तूचा पुरवठा या व्यवहारात अनेक बाबी असतात. पुरवठ्याची ऑर्डर, ॲडव्हान्स घेणे, बिल बनविणे, वस्तू वाहतुकदाराकडे देणे, वस्तूंची पोचपावती मिळणे, संपूर्ण रक्कम मिळणे सेवेच्या बाबतीतही असे वेगवेगळे टप्पे असतात. वस्तू आणि सेवेचा पुरवठा कधी झाला, याचे वेगवेगळे नियम बनविले आहेत.

वस्तूचा पुरवठा कधी झाला हे कसे ठरवायचे ?

कलम १२ मध्ये वस्तूचा 'पुरवठा समय' कोणता, हे दिले आहे. त्याचा थोडक्यात परामर्श असा आहे :

खालीलपैकी जी घटना अगोदर झाली असेल, त्या दिवशी पुरवठा झाला असे समजले जाईल.

१) वस्तू पुरवठ्यासंबंधी बिल ज्या दिवशी काढले असेल, तो दिवस,

२) ज्या दिवसापर्यंत बिल करणे कायद्याप्रमाणे आवश्यक आहे, तो दिवस

३) ज्या दिवशी वस्तूची किंमत मिळाली असेल, तो दिवस

कायदा करणाऱ्यांचा किचकटपणा पुन्हा उफाळून आला आहे. आता त्यात अशी खोड घातली आहे की , बिलाच्या रकमेपेक्षा रु. १००० पर्यंत जास्त मिळाले असतील तर तितक्या रकमेचा पुरवठा झाला आहे, असे गृहित धरले जाईल. अशी तरतूद करुन किती मोठा महसूल मिळणार आहे?

संदर्भ : *CGST / SGST, कलम १२*

अनेकवेळा संभाव्य ग्राहकाला वस्तू दिल्या जातात. त्यावर कर लागणार का?

मालाचा खप वाढावा म्हणून मागणी केलेली नसली तरी वस्तू दिल्या जातात. अनेक ग्राहक वस्तू उपयुक्त आहे की नाही, त्याचा दर्जा चांगला आहे का, याची खातरजमा करून मगच वस्तू घ्यायची की नाही, हे ठरवतात. तेव्हा माल पसंत न पडल्यास परतीच्या बोलीवर (ॲप्रुव्हल बेसिसवर) दिला असे म्हणतात. ज्यावेळी ग्राहक वस्तू घेण्याचे मान्य करेल त्या दिवशी पुरवठा झाला असे समजावे. अशी मान्यता देण्याची मुदत सहा महिने आहे. वस्तू ग्राहकाला दिल्यापासून सहा महिन्यांत मान्यता न दिल्यास वस्तू ग्राहकाला दिल्यापासून सहा महिने होतील त्यावेळी पुरवठा झाला, असे समजले जाईल.

संदर्भ : *CGST / SGST, कलम २८(८)*

सेवेचा पुरवठा कधी झाला, याचे काय निकष आहेत ?

१) सेवेचा पुरवठ्यासंबंधी बिल ज्या दिवशी काढले असेल तो दिवस

२) ज्या दिवसापर्यंत बिल करणे कायद्याप्रमाणे आवश्यक आहे तो दिवस

३) ज्या दिवशी सेवेची किंमत मिळाली असेल, तो दिवस.

पैकी जी घटना अगोदर झाली असेल, त्या दिवशी पुरवठा झाला असे समजले जाईल.

संदर्भ : *CGST / SGST, कलम १३*

पाईप गॅसचा पुरवठा सतत चालू असतो. त्याचे रोजच्या रोज बिल करावे लागेल का?

सातत्याने पुरवठा (Continues Supply) केल्या जाणाऱ्या वस्तूंबाबत साधारणतः काही ठराविक दिवसांनी, बऱ्याचदा दरमहा ठराविक दिवशी वस्तुवापराचे स्टेटमेंट दिले जाते, किंवा ठराविक दिवशी पैसे द्यावे लागतात. असे ठरले असेल, तर ज्या दिवशी असे स्टेटमेंट देणे आवश्यक असेल किंवा पैसे मिळाले असतील त्या दिवशी बिल दिले पाहिजे.

संदर्भ : *CGST / SGST, कलम ३१(४)*

टेलिफोनसारख्या सेवांचा पुरवठा सतत चालू असतो, त्याची बिले देण्याच्या तरतुदी काय आहेत?

अशाप्रकारे सतत सेवा दिली जाते, त्या पुरवठादार कंपन्या ग्राहकांबरोबर करार करतात आणि

महिन्यातील काही ठराविक दिवशी पैसे द्यावे लागतात. अंतिम मुदत करारानुसार ठरविलेली असते. मोबदला देय होण्याची जी तारीख ठरलेली असेल, त्या अगोदरच्या अथवा नंतरच्या दिवशी पण नियमाने निश्चित केलेल्या मुदतीपूर्वी बिल केले पाहिजे, मग सेवेचा मोबदला दिलेला असो अगर नसो.

करारावरून जर मोबदला कधी देय होतो, हे समजत नसेल तर ज्या दिवशी मोबदला मिळाला असेल त्यावेळी किंवा त्यापूर्वी बिल दिले पाहिजे अर्थात नियमात निश्चित केलेल्या मुदतीपूर्वी. ज्या करारानुसार एखादी घटना पूर्ण होते त्यावेळेस जर मोबदला रक्कम देय होत असेल तर ती घटना होण्यापूर्वी किंवा घटनेच्या दिवशी टॅक्स इन्व्हॉइस द्यायला हवा.

संदर्भ : *CGST / SGST, कलम ३१(५)*

• • •

आंतरराज्य पुरवठा

वस्तूची आंतरराज्य विक्री केली तर केंद्रीय विक्रीकर भरावा लागत होता. त्यासाठी व्यापारी केंद्रीय विक्रीकर कायद्याखाली नोंदणी करत होते. जीएसटीमध्ये त्यात कोणते बदल होणार आहेत?

केंद्रशासनाने केंद्रीय जीएसटी (CGST) कायदा केला आहे आणि प्रत्येक राज्याने स्वतंत्रपणे राज्य जीएसटी (SGST) कायदा केला आहे. प्रत्येक करपात्र व्यक्तीला या दोन्ही कायद्यांखाली नोंदणी करावी लागेल. या शिवाय, आणखी एक केंद्रीय कायदा येणार आहे. त्याचे नाव इंटिग्रेटेड जीएसटी (IGST) असे राहणार आहे. मात्र या कायद्याखाली नोंदणी घेण्याची तरतूद नाही. प्रश्न असा निर्माण होतो, की आंतरराज्य पुरवठ्याचे नियंत्रण कसे होणार ? त्यांची अंमलबजावणी कोण करणार ? या कायद्याचा हेतू काय ?

इंटिग्रेटेड जीएसटी (IGST) या कायद्यात काही महत्त्वाचे नियम आहेत त्यावरुन खालील व्यवहारांबद्दल स्पष्टीकरण मिळते :

१) वस्तूचा आंतरराज्य पुरवठा
२) वस्तूचा राज्यांतर्गत पुरवठा
३) सेवेचा आंतरराज्य पुरवठा
४) सेवेचा राज्यांतर्गत पुरवठा
५) वस्तूची आयात आणि निर्यात
६) सेवेची आयात आणि निर्यात

हे नियम जाणून घेणे अतिशय महत्त्वाचे आहे. कारण बिलामध्ये कोणता कर लावायचा, हे समजण्यासाठी राज्यांतर्गत आणि आंतरराज्य पुरवठा यातील फरक समजायला हवा. चुकीच्या कायद्याखाली कर लावला, भरला तर त्रास होणार हे नक्की. म्हणून त्याचे नियम नीट समजून घेऊया.

वस्तूचा अथवा सेवेचा राज्यांतर्गत आणि आंतरराज्य पुरवठा कसा ओळखायचा ?

आय-जीएसटी कायद्यामध्ये त्यासंबंधीचे नियम दिले आहेत :

१) वस्तूच्या पुरवठा करणाऱ्याचे स्थान/ठिकाण आणि पुरवठा केलेले ठिकाण वेगवेगळ्या राज्यांत / दोन वेगळ्या केंद्रशासित प्रदेशात किंवा एक राज्य व एका केंद्रशासित प्रदेशात असेल तर तो आंतरराज्य पुरवठा समजला जाईल. (पुरवठ्याचे ठिकाण कसे ठरवयाचे, याचे नियम कलम १० मध्ये दिले आहेत) अशा पुरवठ्यावर IGST हा कर लावावा लागेल.

२) सेवेचा पुरवठा करणाऱ्याचे स्थान/ठिकाण आणि पुरवठा केलेले ठिकाण वेगवेगळ्या राज्यांत असेल / दोन वेगळ्या केंद्रशासित प्रदेशात किंवा एक राज्य व एका केंद्रशासित प्रदेशात तर तो आंतरराज्य पुरवठा समजला जाईल. (पुरवठ्याचे ठिकाण कसे ठरवयाचे याचे नियम कलम १२ मध्ये दिले आहेत).

३) वस्तूंची परदेशातून आयात करताना ती वस्तू भारताच्या कस्टम सीमेच्या आत येत नाही, तोपर्यंत आंतरराज्य पुरवठा समजला जाईल.

४) सेवेची परदेशातून आयात आंतरराज्य पुरवठा समजला जाईल

५) वस्तु / सेवेचा पुरवठा करणारा जर भारतात असेल आणि त्याचा पुरवठा परदेशात दिला असेल तर तो आंतरराज्य पुरवठा समजला जाईल

६) एसइझेड (SEZ) मधील युनिट, एसईझेड डेव्हलपर यांना किंवा त्यांनी केलेला वस्तू / सेवेचा पुरवठा आंतरराज्य पुरवठा समजला जाईल

७) जो पुरवठा राज्यांतर्गत नाही आणि वरील कोणत्याही नियमातही बसत नाही असा वस्तू / सेवेचा पुरवठा आंतरराज्य पुरवठा समजला जाईल.

८) पुरवठादाराचे ठिकाण आणि पुरवठा दिल्याचे ठिकाण जर एकाच राज्यात असेल तर त्याला 'राज्यांतर्गत पुरवठा' असे समजले जाईल. मात्र एसइझेडने किंवा एसइझेडला दिलेल्या पुरवठ्याचा त्यात समावेश होणार नाही.

हे नियम समजायला सोपे नाहीत. जीएसटीच्या अभ्यासकाने हे नियम नीट समजून घेतलेच पाहिजेत. त्यासाठी पुरवठा करणाऱ्याचे स्थान / ठिकाण म्हणजे काय आणि पुरवठा दिला ते ठिकाण कसे ठरविले जाते, याचे अनेक नियम आहेत तेही समजून घेतले पाहिजेत. हे नियम वस्तूसाठी वेगळे आणि सेवेसाठी वेगळे आहेत. म्हणून अगोदर वस्तू आणि सेवेतील भेद समजून घेतला पाहिजे. वस्तूची व्याख्या काय आणि सेवा या शब्दात कोणते व्यवहार समाविष्ट आहेत, हे माहिती असणे आवश्यक आहे.

संदर्भ : *IGST कलम ७*

कोणत्या व्यवहारास आयात (Import), निर्यात (Export) म्हणावयाचे?

भारताबाहेरील ठिकाणाहून वस्तू भारतात आणणे म्हणजे आयात तर भारतातून भारताबाहेरील ठिकाणी पाठविणे याचा अर्थ निर्यात होय.

सेवेच्या बाबतीत आयातीचे निष्कर्ष वेगळे आहेत, ते असे :

१) सेवा देणारा भारताबाहेर स्थित आहे

२) सेवा घेणारा भारतात स्थित आहे

३) सेवेचे ठिकाण भारतात आहे

सेवेची निर्यात केव्हा म्हणायचे त्याचे निकष खालीलप्रमाणे आहेत :

१) सेवा देणारा भारतात स्थित आहे

२) सेवा घेणारा भारताबाहेर स्थित आहे

३) सेवा दिल्याचे ठिकाण भारताबाहेर आहे

४) सेवेचा मोबदला परकीय चलनात मिळाला आहे

५) सेवा देणारा व घेणारा या एकाच व्यक्तीच्या केवळ दोन आस्थापना (Establishment) असल्यामुळे भिन्न व्यक्ती नाहीत, म्हणजेच दोन कायदेशीर व्यक्तींमधील व्यवहार असणे आवश्यक आहे.

संदर्भ : *IGST कलम २(५) (६) (१०) व (११)*

वस्तूचा पुरवठा करणाऱ्याचे स्थळ / ठिकाण म्हणजे काय ? (Location of Supplier of Goods)

वस्तूंबाबत पुरवठा करणाऱ्याचे स्थळ/ठिकाण कशाला म्हणायचे, हे कायद्यात लिहिलेले नाही. सारासार विचारांनी असे म्हणता येईल, की, वस्तूचा पुरवठा करणाऱ्याची नोंदणी ज्या पत्त्यावर आहे, ते पुरवठ्याचे स्थळ/ठिकाण म्हणावे लागेल. पुरवठा करणारी व्यक्ती नोंदणीपात्र नसेल, तर काय करायचे, या बाबत स्पष्ट तरतूद करणे आवश्यक आहे. नाहीतर हा एक वादाचा विषय होऊ शकतो.

सेवेचा पुरवठा करणाऱ्याचे स्थळ / ठिकाण म्हणजे काय ? (Location of Supplier of Services)

याची व्याख्या नमुना कायद्यात दिली आहे. त्यात एकूण चार प्रकार दिले आहेत :

अ) व्यवसायाच्या ज्या पत्त्यावर नोंदणी घेतली आहे, तेथून सेवेचा पुरवठा केला असेल तर ते स्थळ/ठिकाण

आ) ज्या पत्त्यावर नोंदणी घेतली ते ठिकाण सोडून व्यवसायाच्या अन्य नक्की ठिकाणांहून (Fixed Establishment) सेवेचा पुरवठा केला असेल तर ते अन्य ठिकाण.

इ) व्यवसायाच्या दोन अगर अधिक ठिकाणांहून सेवा पुरवली असेल तर ज्या ठिकाणाचा सेवा पुरवठ्याशी जास्त संबंध असेल असे ठिकाण.

ई) वरील तिन्हीपैकी कोणतेही ठिकाण नसेल, तर पुरवठा करणाऱ्याच्या राहण्याचे ठिकाण.

संदर्भ : *IGST कलम २(१५), CGST / SGST, कलम २(७१)*

• • •

पुरवठ्याचे ठिकाण
(Place of Supply)

वस्तूचा पुरवठा कोणत्या ठिकाणी केला, याचे निकष काय आहेत?

वस्तूची आयात किंवा निर्यात सोडून अन्य पुरवठ्यासाठी खालीलप्रमाणे नियम केले आहेत :

अ) ज्या पुरवठा व्यवहारात वस्तू एका जागेहून दुसऱ्या जागी हलवणे आवश्यक आहे, त्यासाठी ज्या ठिकाणी वाहतूक संपून वस्तूचा ताबा दिला जातो, स्वाधीन केला जातो ते ठिकाण. एखादा भोपाळचा व्यापारी पुण्यातील व्यापाऱ्याला मालाची ऑर्डर देतो, पैसे देतो. मालाचे वजन करून, पॅकींग करून वाहनाने भोपाळला पाठवावयास सांगतो. भोपाळला माल ताब्यात दिला जातो, म्हणून भोपाळ हे पुरवठ्याचे ठिकाण झाले.

आ) वस्तूचा पुरवठा करणाऱ्याने (Supplier) वस्तूचा ताबा (Delivery) घेणारी व्यक्ती सोडून तिसऱ्या व्यक्तीच्या सांगण्यावरून/सूचनेप्रमाणे जर पुरवठा केला असेल तर त्या तिसऱ्या व्यक्तीच्या नोंदीत पत्त्यावर पुरवठा झाला असे समजण्यात येईल. तिसरी व्यक्ती कोणाचा एजंट म्हणून काम करत असेल, किंवा वस्तूची वाहतूक सुरु होण्यापूर्वी अथवा नंतर वस्तूच्या मालकीचे कागदपत्र हस्तांतरण (Transfer of Documents of Title) करून अथवा अन्य तऱ्हेने हस्तांतरण केले असले तरी त्या तिसऱ्या व्यक्तीच्या ठिकाणी पुरवठा झाला, असे धरले जाईल. वरील उदाहरणात अहमदाबादच्या व्यापाऱ्याने पुण्यातील व्यापाऱ्यास भोपाळच्या व्यापाऱ्याला माल देण्यास सांगितले असेल तर पुरवठा अहमदाबाद म्हणजे गुजरात राज्यात झाला असे समजले जाईल. ही तरतूद काही फरक करून आत्ताच्या केंद्रीय विक्रीकर कायद्यासारखी आहे. या तरतुदीनुसार वस्तू राज्यातल्या राज्यात राहत असली तरी काही व्यवहार हे आंतरराज्य पुरवठा होऊ शकतात. तिसरी व्यक्ती

कोणाला म्हणायचे, वस्तू घेणारा म्हणजे नक्की कोण अशा अनेक बाबतीत ही तरतूद संदिग्ध आहे आणि वादाचा विषय होऊ शकते. शासनाने आपली भूमिका व हेतू उदाहरणे देऊन स्पष्ट करणे आवश्यक आहे.

इ) ज्या पुरवठ्याच्या व्यवहारात वस्तू एका जागेहून दुसऱ्या जागी हलविणे आवश्यक नसते, तेव्हा ज्या ठिकाणी वस्तूचा ताबा वस्तू घेणाऱ्याकडे दिला ते ठिकाण.

ई) जागेवर जाऊन वस्तूची जुळवाजुळव (Assembly) करावयाची असेल / बसवून देणे (Installation) करावयाची असेल तर ते ठिकाण. एअर कंडीशनर जागेवर बसवून दिला जातो, तेव्हा जेथे एअर कंडीशनर बसविला जाईल त्या ठिकाणी पुरवठा झाला असे समजले जाईल.

उ) विमान, जहाज, आगगाडी किंवा बससारख्या वाहनावर ज्या ठिकाणी वस्तू दिल्या जातात, त्या ठिकाणी पुरवठा केला असे समजले जाईल. मुंबईहून दिल्लीला विमान जात असताना जेवणाची पॅकेट्स मुंबईला विमानात पुरविली जातात. म्हणजे त्याच्या पुरवठ्याचे ठिकाण मुंबई होईल.

वरीलप्रमाणे पुरवठ्याचे ठिकाण नक्की करता येत नसेल तर त्यासंबंधी शासन वेगळे निकष घोषित करू शकेल.

संदर्भ : *IGST कलम १०*

सेवेचा पुरवठा कोणत्या ठिकाणी दिला, याचे निकष काय आहेत?

सेवा दिली जाते. तिचा पुरवठा (supply) हा शब्द काहीसा अप्रस्तुत आहे. आत्ता अस्तित्वात असलेल्या सेवा कायद्यात provision of service असे म्हटले आहे, ते जास्त बरोबर आहे. अर्थात कालानुरूप शब्दांना वेगळे अर्थ प्राप्त होत राहतात. वस्तू आणि सेवा यातील फरक समजून घेतला, तर पुरवठ्याचे ठिकाण ही संकल्पना समजणे सोपे होईल.

वस्तूला दृश्य अस्तित्व असते. उदाहरणार्थ, हा मोबाइल फोन आहे. तो दिसतो, त्याला स्पर्श करता येतो. साठवून ठेवता येतो. इकडून तिकडे नेता येतो. एकाकडून दुसऱ्याकडे हस्तांतरित करता येतो. सेवा मात्र या बाबतीत खूप वेगळी आहे. मी गाण्याच्या कार्यक्रमाला जातो. गायक गातो म्हणजेच सेवा देतो. मी ऐकतो, मला आनंद होतो. मला सेवा मिळाली. पण हिशेबाच्या पुस्तकात त्या आनंदाचा साठा किती असे नोंदविता येत नाही. माझ्या मनातील आनंदाचा साठा मी दुसऱ्याला देऊन त्याची किंमत घेऊ शकत नाही. त्याचा परिणाम दूरगामी असू शकतो. सेवा ही दिली, की तो पूर्णविराम. म्हणून सर्वसाधारणपणे असे म्हणता येईल, की सेवा घेणाऱ्या व्यक्तीचे ठिकाण हे सेवेचा पुरवठा दिल्याचे ठिकाण होय.

जीएसटी कर कायद्याखाली 'सेवा' या शब्दाची व्याप्ती खूप मोठी आहे. वस्तू सोडून इतर सर्व अशी व्यापक व्याख्या केली आहे. अनेक नागरिक शहरात कामानिमित्त स्थलांतरित होतात. घर भाड्याने घेतात. याला व्यवहारात कोणी सेवा दिली, असे म्हणत नाही. पण हा व्यवहार वस्तू नाही म्हणून ती सेवा आहे. सेवा एकाच वेळी वेगवेगळ्या ठिकाणी राहणाऱ्या अनेकांना देणे शक्य असते. गाण्याचा कार्यक्रमास हजारो रसिक येतात. त्या प्रत्येकाच्या राहण्याच्या ठिकाणी सेवा दिली, असे म्हणता येत

नाही. म्हणजे ती सेवा गाण्याचा कार्यक्रम झाला, त्या ठिकाणी दिली असे म्हणणे योग्य होईल, याची यादी दिली आहे. त्यातील काही महत्त्वाच्या सेवा व त्याचे नियम थोडक्यात खाली दिले आहेत.

१) जमीन, इमारत, कारखाना, अश्या अचल मालमत्तेच्या (Immovable Property) संबंधी दिलेल्या सेवा या ती मालमत्ता जेथे असेल त्या ठिकाणी दिली असे समजले जाईल. उदा. बांधकाम संबंधी (आर्कीटेक्ट, इंजिनिअर इ.), वापरासंबंधी (हॉटेल इ. भाड्याने देणे, लग्न, स्वागत समारंभ, गेट-टुगेदर अश्या कार्यक्रमासाठी) देणे.

२) हॉटेल, उपाहारगृह, खानावळ येथे दिलेली खानपान सेवा, ब्युटी पार्लर, व्यायामासाठी जिम मध्ये जातात अश्या स्वरूपाच्या सेवा ह्या जेथे हॉटेल, जिम. इ. असेल त्या ठिकाणी दिली असे धरले जाईल.

३) सांस्कृतिक, शास्त्रीय, शैक्षणिक, खेळ, मनोरंजन अश्या कार्यक्रमाना प्रवेश देणे हि सेवा जेथे असा कार्यक्रम होतो त्या ठिकाणी सेवा दिली गेली असे धरायचे. मात्र असे कार्यक्रम आयोजित करणारा आणि कलाकार या दोघातील सेवा यास हा नियम लागू होणार नाही.

अन्य निकष ज्याला लागू होत नाहीत त्यासाठी सेवेच्या बाबतीतील सर्वसाधारण नियम असा आहे

१) सेवा घेणारा जीएसटी कायद्यान्वये नोंदणीकृत असल्यास त्याचे व्यवसायाचे ठिकाण

२) सेवा घेणारा नोंदणीकृत नसेल तर -

अ) सेवा घेणाऱ्याचा पत्ता नोंदविला असल्यास ते ठिकाण

ब) अन्यथा सेवा देणाऱ्याचे व्यावसायिक ठिकाण

याशिवाय एक सविस्तर यादी दिली आहे. ते नियम मुळातून वाचून समजून घेणे आवश्यक आहे.

संदर्भ : *IGST कलम १२*

• • •

इनपुट टॅक्स क्रेडीटचे नियम

प्रत्येक करपात्र व्यक्तीला कमीत कमी दोन कायद्यांखाली कर भरावा लागणार आहे. आंतरराज्य पुरवठा केला असेल तर त्याला तिसरा कर भरावा लागेल. या प्रत्येक कायद्याखाली इनपुट टॅक्स क्रेडीट कसे घेता येईल ?

व्यवसायासाठी आणि व्यवसायाशी संबंधित जी आवक (इनपुट) असेल त्यावर जो कर दिलेला असेल त्याची वजावट घेण्याचा अधिकार करदात्याला आहे. मात्र राज्य शासनाला दिलेला कर (SGST) केंद्र शासनाला द्यायच्या करातून (CGST) वजा करता येणार नाही. तर केंद्र शासनाला दिलेला कर राज्य शासनाला द्यायच्या करातून वजा करता येणार नाही.

आंतरराज्य पुरवठ्यावर जो इंटिग्रेटेड जीएसटी (IGST) द्यावा लागतो त्यासाठी मात्र नियम वेगळा आहे. IGST भरण्यासाठी प्रथम IGST चे इनपुट टॅक्स क्रेडीट त्यानंतर CGST चे इनपुट टॅक्स क्रेडीट आणि शेवटी SGST चे इनपुट टॅक्स क्रेडीट या क्रमाने वापरता येईल.

IGST चे इनपुट टॅक्स क्रेडीट IGST भरण्यासाठी वापरुनही शिल्लक असेल तर ते प्रथम CGST कर भरण्यासाठी वापरावयाचे. त्यातूनही काही IGST इनपुट टॅक्स क्रेडीट शिल्लक राहिले तर ते SGST कर भरण्यासाठी वापरावयाचे. राज्यकराप्रमाणेच केंद्रशासित प्रदेश करासाठीचे नियम तयार केले आहेत.

संदर्भ : *GST कलम ४९(५)*

उदाहरणातून याबद्दल अधिक स्पष्टता येईल. CGST **आणि** SGST **याचा कर दर प्रत्येकी १०% आहे तसेच** IGST **चा करदर २०% आहे असे गृहित धरूया.**

● **उदाहरण १**

व्यवहाराचा तपशील	**खरेदी/विक्रीची रक्कम रु.**	**CGST**	**SGST**	**IGST**
राज्यातील पुरवठा (विक्री)	१०,०००	१०००	१०००	---
आंतरराज्य पुरवठा (विक्री)	१०,०००	---	---	२०००
राज्यातील खरेदी	८,०००	८००	८००	---
आंतरराज्य खरेदी	८,०००	---	---	१६००
निव्वळ देय कर	---	**२००**	**२००**	**४००**

● **उदाहरण २**

व्यवहाराचा तपशील	**खरेदी/विक्रीची रक्कम रु.**	**CGST**	**SGST**	**IGST**
राज्यातील पुरवठा (विक्री)	६,०००	६००	६००	---
आंतरराज्य पुरवठा (विक्री)	१४,०००	---	---	२,८००
राज्यातील खरेदी	२,०००	२००	२००	---
आंतरराज्य खरेदी	१६,०००	---	---	३,२००
IGST शिल्लक क्रेडीट CGST साठी वापरले	---	४००	---	+ ४००
निव्वळ देय कर	**---**	**---**	**४००**	**---**

वरील उदाहरणात IGST चे इनपुट टॅक्स क्रेडीट CGST भरण्यासाठी वापरले आहे.

● **उदाहरण ३**

व्यवहाराचा तपशील	**खरेदी/विक्रीची रक्कम रु.**	**CGST**	**SGST**	**IGST**
राज्यातील पुरवठा (विक्री)	१२,०००	१२००	१२००	--
आंतरराज्य पुरवठा (विक्री)	८,०००	---	---	१६००
राज्यातील खरेदी	५,०००	५००	५००	---
आंतरराज्य खरेदी	१२,०००	---	---	२४००
IGST शिल्लक क्रेडीट CGST आणि SGST साठी वापरले	---	७००	१००	+ ८००
निव्वळ देय कर	---	---	**६००**	---

वरील उदाहरणात IGST चे इनपुट टॅक्स क्रेडीट CGST भरण्यासाठी वापरले आहे. तरीही रु. १०० चे क्रेडीट शिल्लक होते ते SGST भरण्यासाठी वापरले आणि उर्वरित निव्वळ कर रु. ६०० भरायचा आहे.

● **उदाहरण ४**

व्यवहाराचा तपशील	**खरेदी/विक्रीची रक्कम रु.**	**CGST**	**SGST**	**IGST**
राज्यातील पुरवठा (विक्री)	१२,०००	१२००	१२००	---
आंतरराज्य पुरवठा (विक्री)	८,०००	---	---	१६००
राज्यातील खरेदी	१५,०००	१५००	१५००	---
आंतरराज्य खरेदी	७,०००	---	---	१४००
CGST शिल्लक क्रेडीट IGST साठी वापरले	---	+ ३००	---	- २००
निव्वळ देय कर	---	---	---	**NIL**
रिफंड	---	**१००**	**३००**	---

वरील उदाहरणात IGST चे इनपुट टॅक्स क्रेडीट IGST भरण्यासाठी पूर्णपणे वापरले तरी रु. २०० देय होते त्यासाठी CGST चे रु. ३०० पैकी २०० वापरले. CGST चे रु. १०० आणि SGST रु. ३०० शिल्लक राहिले.

● **उदाहरण ५**

व्यवहाराचा तपशील	**खरेदी/विक्रीची रक्कम रु.**	**CGST**	**SGST**	**IGST**
राज्यातील पुरवठा (विक्री)	१२,०००	१२००	१२००	---
आंतरराज्य पुरवठा (विक्री)	८,०००	---	---	१६००
राज्यातील खरेदी	१५,०००	१५००	१५००	---
आंतरराज्य खरेदी	२,०००	---	---	४००
CGST आणि SGST शिल्लक क्रेडीट IGST साठी वापरले	---	+ ३००	+ ३००	- ६००
निव्वळ देय कर	---	---	---	**६००**

वरील उदाहरणात IGST चे इनपुट टॅक्स क्रेडीट तसेच CGST चे रु. ३०० आणि SGST रु. ३०० IGST भरण्यासाठी पूर्णपणे वापरले त्यामुळे निव्वळ रु. ६०० IGST भरावा लागेल.

थोडक्यात मांडायचे झाले, तर त्याचा तक्ता असा असेल :

इनपुट टॅक्स क्रेडीट	**आउटपुट टॅक्स पेएबल**
IGST	IGST CGST SGST
CGST	CGST IGST
SGST	SGST IGST

वेगवेगळे कायदे असल्याने एका कायद्याखाली कर भरावा लागतो आणि दुसऱ्यात रिफंड मागत बसावा लागतो. आणि पैसे शासनाकडे अडकून पडतात. हा अनुभव सध्या सगळ्यांना येतो. जीएसटी मध्ये तीन वेगवेगळे कायदे आहेत त्यामुळे ये रे माझ्या मागल्या असे होणार का अशी भीती आणि संशय व्यापारी वर्गाला आहे. जीएसटी इनपुट टॅक्स क्रेडीट घेण्याची अशी रचना केली आहे की होता होईतो करदात्याचे पैसे गुंतून पडू नये.

IGST आणि CGST हे दोन्ही कर केंद्र शासनाकडे जमा होणार असल्याने त्यांचे क्रेडीट एकमेकांस देण्यात काहीच अडचण नाही. शिवाय आंतरराज्य व्यवहारात जमा होणारे पैसे ज्या राज्यात वस्तू अथवा सेवेचा उपभोग होणार आहे त्या राज्याकडे वर्ग करण्यासाठी वापरावयाचे असल्याने IGST चे इनपुट

टॅक्स क्रेडीट SGST साठी वापरले तरी कोणत्याही शासनाचे नुकसान नाही. या शिवाय रिटर्न मध्ये क्रेडीट घेतले तरी आपल्या सप्लायराने जर कर भरला नसेल, कर कमी भरला असेल, त्याने भरलेली माहिती आणि आपल्या रिटर्न मधील माहिती जुळली नाही तर इनपुट टॅक्स क्रेडीट मिळण्यात अनेक अडचणी संभवतात. इनपुट टॅक्स क्रेडीट मिळविणे हे व्यापाऱ्यांना एक आव्हान ठरणार, असे संकेत आहेत. वेळच्या वेळी काटेकोरपणे हिशेब लिहिणे आता अंगवळणी पाडावे लागेल. एक तत्त्व म्हणून ही योजना चांगली आहे, तरी त्याचे यश हे सर्वस्वी संगणक प्रणाली किती कार्यक्षम आहे आणि हे आव्हान ती कसे पेलू शकते, यावर अवलंबून आहे.

• • •

राज्यांना नुकसानभरपाई (आणखी एक जीएसटी करकायदा)

देशभर एकाच प्रकारचा नवीन कर कायदा आला असताना व्यापाऱ्यांपेक्षा राज्यशासने जास्त काळजीत आहेत. आज जो महसूल येण्याची शाश्वती निर्माण झाली आहे, त्यात बदल होणार. तेव्हा महसुलात घट तर होणार नाही ना, ही सर्वांत मोठी भीती. त्यामुळे साहजिकपणे प्रथम बऱ्याच राज्यांनी विरोधाची भूमिका घेतली होती. जीएसटीचे कितीही गुणगान केले तरी त्याने राज्यांचे समाधान होणे शक्य नव्हते. जीएसटी आणल्यामुळे जर काही नुकसान झाले त्याची भरपाई दुसऱ्या मार्गाने होईल, अशी हमी मिळाल्याशिवाय राज्ये तयार होणे अवघड होते. केंद्र शासनाने तशी हमी दिली असली तरी केंद्रशासन तरी कोणत्या आधारावर अशी हमी देणार? जास्तीत जास्त करदर किती असावा, हे कायद्याने पक्के करावे, अशी राजकीय पक्षांची मागणी होती. त्याप्रमाणे CGST आणि SGST चा दर १४ % पेक्षा जास्त असणार नाही, यावर एकमत झाले. काही वस्तू अशा आहेत, की ज्यांच्यावर आत्ताच्या विविध कायद्यांखाली लावलेले कर लक्षात घेतले तर एकूण करभार २८% पेक्षा जास्त आहे. अशा वस्तू साधारणपणे चैनीच्या/व्यसनाच्या वस्तू असतात. त्यांना कमी कर लावण्याचे कारण नाही. त्यापासून मिळणारा महसूल जास्त असतो. त्या वस्तूंना कमी दर लावला तर महसूल कमी होऊ शकतो. शेवटी नागरिक काय किंवा शासन काय, पैशाचे सोंग करता येत नाही. तो तिजोरीत यावा लागतो.

म्हणून एक मार्ग काढण्यात आला. The Goods and Services Tax (Compensation to States) Act 2017 हा आणखी एक कायदा केला आहे. या कायद्याचा हेतू जीएसटी लागू केल्यामुळे राज्यांचा महसूल कमी झाला, तर जे नुकसान होईल ते भरून काढण्यासाठी काही व्यवहारांवर सेस (कर) लावून, त्याचा वेगळा फंड तयार करणे हा आहे. त्या फंडातून राज्यांना नुकसानभरपाई देण्यात

येईल. या कायद्यानुसार कोणत्या वस्तू/सेवांवर हा कर लावायचा, हे केंद्रशासन वेळोवेळी ठरवू शकेल. सरसकट सर्व वस्तू/ सेवांवर हा कर लागणार नाही. केंद्रशासन घोषित करेल, अशा वस्तू आणि सेवेच्या पुरवठ्यावर लावण्यात येणार आहे.

व्यापाऱ्यांच्या दृष्टीने विचार करायचा तर आणखी एक करकायद्याची पूर्तता करावी लागेल. या कायद्याखाली खरेदीवर भरलेल्या कराची वजावट या कायद्याखालील कर भरण्यासाठीच वापरता येईल. म्हणजे त्याचा वेगळा हिशेब ठेवावा लागेल. आपण बाळाचे पाय पाळण्यात दिसतात, असे म्हणतो. जीएसटी या बाळाचे पाय पाळणा हालायच्या आत दिसू लागले आहेत.

ज्या वस्तूंवर नुकसान भरपाई कर लागणार आहे त्या थोडक्यात खालीलप्रमाणे आहेत :

पान मसाला, एरिएटेड वॉटर, लेमोनेड, ब्रँडेट अनुत्पादित तंबाखू, सिगारेट्स, हुक्का, गुटखा, जर्दा, तपकीर अशा स्वरूपाच्या वस्तू, कोळसा, मोटार वाहने (कार इ.), वैयक्तिक वापराची विमाने, खेळ किंवा आरामासाठी वापरावयाच्या बोटी इ.

• • •

जीएसटी संक्रमण काळासाठी तरतुदी
(Transitional Provisions)

अनेक कायदे रद्द होणार आणि एकच कायदा येणार, म्हणून काही व्यापार व्यवहार बंद होत नाहीत. ते तर अखंड चालूच असतात. काही वस्तूची खरेदी अगोदर होणार, पण विक्री जीएसटी आल्यावर होईल. तसेच सेवेच्या बाबतीत होईल. जीएसटी ज्या दिवशी आला, त्या दिवशी काही माल शिल्लक असेल, काही उत्पादनाच्या प्रक्रियेत असेल, त्यात रद्द झालेले कर समाविष्ट असतील. त्यामुळे अनेक प्रश्न निर्माण होतील. त्याचे काय करायचे ? या समस्यांसाठी जीएसटी कायद्यात विशेष प्रकरण आहे. त्याला संक्रमण तरतुदी (Transitional Provision) असे म्हटले आहे. याचा सखोल अभ्यास करून हे संक्रमण लाभदायक करून घेणे योग्य होईल. नाहीतर कायद्याने दिलेली सवलत माहित नसल्याने नुकसान होऊ शकते. एकाच व्यवहारावर दोन्ही कायद्यांखाली कर मागितला जाऊ शकतो.

जीएसटी लागू झाला त्याच्या आदल्या दिवशी जे सेनव्हॅट क्रेडीट शिल्लक असेल ते क्रेडीट वाया जाणार का?

ज्या वस्तूंच्या उत्पादनास एक्साइज लागू आहे व ज्या उत्पादकांनी अगर सेवा देणाऱ्या व्यापाऱ्यांनी सेन्ट्रल एक्साइजखाली नोंदणी घेतली आहे, त्यांना सेनव्हॅट क्रेडीट नियम लागू होतात. त्याच्या नियमानुसार उत्पादन करण्यासाठी ज्या वस्तू/ सेवा घेतल्या असतील, त्यावर भरलेला एक्साइज आणि/ अथवा सेवाकर यांचा उपयोग एक्साइज भरण्यासाठी करता येतो. याच्या दोन पायऱ्या / दोन टप्पे आहेत. वस्तू/सेवा घेतल्यावर त्याचे टॅक्स इन्व्हॉइस मिळते. त्यात जो कर दाखवलेला असेल, त्याची आपल्या हिशेब पुस्तकातील करखात्यात वेगळी नोंद करणे म्हणजे हा कर उपलब्ध असल्याचे नोंदवणे (cenvat credit available) ही पहिली पायरी. जेव्हा वस्तू उत्पादन क्षेत्रातून बाहेर हलवल्या जातील, त्यावेळी एक्साइज भरताना करखात्यात जमा असलेला कर वापरणे, म्हणजे रोखीने भरताना तेवढी रक्कम कमी भरणे (cenvat credit utilized) ही दुसरी पायरी. आवक वस्तू/ सेवांचा (inward supply) वापर करपात्र जावक वस्तू/ सेवा (outward supply) साठी केला असेल, तरच खात्यात जमा असलेला कर वापरता येतो.

जीएसटी कायदा ज्या दिवशी अंमलात आला, म्हणजे १ जुलै २०१७ रोजी वापर न केलेला जो एक्साइज/ सेवा कर (unutilized cenvat credit) असेल तेवढी रक्कम जीएसटी कर भरण्यासाठी वापरता येईल. त्यासाठी एक अट आहे, की जीएसटी कायद्यातील तरतुदीनुसार त्याचा उपयोग कर भरण्यासाठी करता आला पाहिजे. याचा अर्थ जीएसटीच्या इनपुट क्रेडीट नियमानुसारही कर वापरता आला पाहिजे. म्हणजेच जीएसटी ज्या दिवशी येईल त्या दिवशी कच्चा माल शिल्लक असेल, उत्पादन प्रक्रियेत त्याचा वापर अर्धवट झाला असेल, सुरू असेल किंवा पूर्ण उत्पादन झालेल्या मालामध्ये त्याचा समावेश असेल, अशा सर्व प्रकारे शिल्लक उपलब्ध सेनव्हॅट क्रेडीट जीएसटीमध्ये वापरता येईल.

त्यासाठी काळजी घेणे आवश्यक आहे. हिशेब पुस्तके लिहिताना जेवढे म्हणून क्रेडीट घेता येते, त्याची नोंद वेगळ्या खात्यात करून ठेवली पाहिजे. जीएसटी लागू झाला, त्याअगोदरच्या एक्साइज खालील सादर करावयाच्या शेवटच्या रिटर्नमध्ये शिल्लक सेनव्हॅट क्रेडीट दाखविले पाहिजे. १ जुलै २०१७ पासून पुढील ९० दिवसात GST TRAN - 1 हा फॉर्म पूर्ण भरुन कॉमन पोर्टलवर अपलोड करणे आवश्यक आहे. ही मुदत जीएसटी कौन्सिलने शिफारस केल्यास कमिशनर ९० दिवसांपर्यंत वाढवू शकतात.

संदर्भ : *नमुना GST कलम १४० (१)*

उत्पादक नसलेल्या काही व्यापाऱ्यांनी एक्साइज खालील रजिस्ट्रेशन घेतलेले आहे. तसेच अनेकांना एक्साईज नोंदणी नाही. जीएसटी लागू झाला त्या दिवशी त्यांच्याकडे जो शिल्लक माल असेल, त्यात एक्साइजच्या रकमेचा समावेश असेल. त्यांना त्याचे इनपुट टॅक्स क्रेडीट जीएसटीमध्ये वापरता येईल का?

उत्पादित माल जर दुसऱ्याच्या उत्पादनात वापरावयाचा असेल, आणि उत्पादकाने माल व्यापाऱ्याला आधीच विकला असेल व त्या व्यापाऱ्याने दुसऱ्या उत्पादकाला विकला असेल तर पहिल्या उत्पादकाने भरलेल्या एक्साइजचे क्रेडीट दुसऱ्या उत्पादकाला हस्तांतरित करण्यासाठी मध्यस्त व्यापाऱ्याला एक्साइज कायद्यानुसार 'फर्स्ट स्टेज डीलर' म्हणून नोंदणी देता येते. तसेच सेकंड स्टेज डीलर म्हणून नोंदणी देण्यात येते. त्यांच्याकडील शिल्लक मालाच्या किमतीत एक्साइजची रक्कम समाविष्ट असते. अशा व्यापाऱ्यांना शिल्लक मालातील एक्साइजचे इनपुट टॅक्स क्रेडीट जीएसटीमध्ये वापरता येईल.

इतकेच नाही तर ज्यांना एक्साइज कायद्यानुसार नोंदणी घेणे आवश्यक नव्हते, असे व्यापारी, जे करमुक्त वस्तूंचे उत्पादक किंवा करमुक्त सेवा देणारे होते, अशा आयातदार व्यापाऱ्यांना देखील शिल्लक मालातील टॅक्स क्रेडीट जीएसटीमध्ये वापरता येईल. मात्र त्यासाठी खालील अटी आहेत :

१) शिल्लक वस्तू जीएसटीमधील करपात्र वस्तू/सेवेचा पुरवठा करण्यासाठी वापरल्या पाहिजेत किंवा तसा उद्देश असला पाहिजे.

२) जीएसटीच्या इनपुट क्रेडीट नियमानुसारही कर वापरता आला पाहिजे.

३) अगोदरच्या कायद्यामधील कर भरल्याचा पुरावा म्हणून जे बिल/ इन्व्हॉइस किंवा अन्य कागदपत्रे आवश्यक असतील, ती व्यापाऱ्याकडे असली पाहिजेत.

४) असे बिल/ इन्व्हॉइस किंवा अन्य कागदपत्रे जीएसटी येईल त्या दिवसाच्या १२ महिन्यांपूर्वीची नसावीत, म्हणजेच १ जुलै २०१६ नंतरची असावीत.

५) सेवा देणाऱ्यास जीएसटीनुसार अबेटमेंटच्या तरतुदी लागू नसाव्यात.

एक्साइज भरल्याच्या पुराव्यासाठी वर उल्लेख केलेली कागदपत्रे नसतील तरीही इनपुट टॅक्स क्रेडीट घेता येईल. मात्र किती प्रमाणात क्रेडीट घेता येईल, इ. बाबत त्यासाठी शासन जे नियम करेल त्याची पूर्तता करावी लागेल.

संदर्भ : CGST / SGST, कलम १४०(३) नियम ११७

ज्यांना एक्साईज लागू नाही असे असंख्य व्यापारी आहेत. त्यांच्या कडे जो माल शिल्लक असतो त्यातही एक्साईज रक्कम समाविष्ट असते पण ती सुप्त स्वरुपात असते. त्यांना क्रेडीट मिळेल का?

अशाही व्यापाऱ्यांना क्रेडीट घेता येईल. प्रश्न असा आहे की, त्यांनी खरेदी केलेल्या मालावर उत्पादकाने किती एक्साइज भरला आहे याची काही नोंद, पुरावा नसतो. शिल्लक मालातील एक्साइज रक्कम कशी ठरवायची, त्यासाठी शासनातर्फे काही नियम करण्यात येतील. त्या नियमानुसार शिल्लक मालातील एक्साइज इ. चे इनपुट टॅक्स क्रेडीट घेता येईल. जे इनपुट टॅक्स क्रेडीट मिळेल, त्याचा फायदा ग्राहकाला वस्तूची किंमत कमी करून दिला पाहिजे. घाऊक व्यापारी, किरकोळ व्यापारी यांचे कडील शिल्लक मालातील कराची वजावट कशी मिळेल, मिळणार की नाही, अशी चिंता होती. ती या तरतुदीमुळे दूर झाली आहे. मात्र त्यासाठी शिल्लक मालासंबंधीची माहिती नीट ठेवणे गरजेचे आहे. अशा शिल्लक मालाबाबत स्वतंत्रपणे माहिती व हिशोब ठेवावा लागेल. त्या वस्तू सेंट्रल एक्साईज प्रमाणे करमुक्त नसाव्यात, तसेच जीएसटी खालील करपात्र वस्तू असाव्यात. शिल्लक मालातून दरमहा जितकी विक्री झाली त्यावरील कर भरल्यानंतर त्यातील काही भाग Input Tax Credit म्हणून वापरता येईल.

केंद्रीय जीएसटी खाली वस्तूचा एकूण कर दर १८ पेक्षा कमी असल्यास ४०% व १८% किंवा त्यापेक्षा जास्त असल्यास ६०% रक्कम CGST अथवा IGST भरण्यासाठी वापरता येईल.

संदर्भ : CGST / SGST, कलम १४०(३)

जीएसटी लागू होईल त्याच्या आदल्या दिवशी व्हॅट तसेच राज्य शासनाचे अन्य कर याचे इनपुट टॅक्स क्रेडीट शिल्लक असेल त्याचे क्रेडीट जीएसटी मध्ये घेता येईल का ?

शिल्लक मालामध्ये व्हॅट आणि केंद्रीय विक्रीकर देखील समाविष्ट असतो. त्या बाबत वर उल्लेख केला आहे तशाच स्वरूपाच्या तरतुदी राज्य जीएसटी (SGST) कायद्यामध्ये केल्या आहेत. महाराष्ट्रातील व्हॅट कायद्यानुसार खरेदी ज्या दिवशी झाली, त्या दिवशी खरेदीवरील कराची वजावट (set off) घेता येते अशी तरतूद आहे. जीएसटी येईल त्या दिवशी न वापरलेला सेट ऑफ/ रिफंड असेल तेवढे जीएसटीच्या इलेक्ट्रॉनिक क्रेडीट लेजरमध्ये घेता येईल. आत्ताच्या महाराष्ट्राच्या कायद्यात एक तरतूद अशी आहे, की ५ लाखांपेक्षा जास्त रिफंड असेल, तर तो पुढील वर्षी घेता येणार नाही. अशावेळी त्याचा रिफंड मागितला पाहिजे, ही तरतूद आड येईल का? एन्ट्री टॅक्सचे शिल्लक क्रेडीट घेता येईल. व्हॅट कायद्यानुसार ज्या वस्तूंवर सेट ऑफ दिला जात नाही त्याचे शिल्लक क्रेडीट जीएसटीमध्ये घेता येत नाही.

जे करदाते सेवा देतात, त्यांना देखील सेनव्हॅट क्रेडीट मिळते. जीएसटी लागू होईल त्याच्या आदल्या दिवशी सेनव्हॅट क्रेडीट शिल्लक असेल, तर ते मिळेल का ?

सेवा ही शिल्लक मालासारख्या दृश्य स्वरूपात दाखवता येत नाही. परंतु, सेनव्हॅट क्रेडीटच्या नियमानुसार सेवा देण्यासाठी घेतलेल्या वस्तू/सेवांवरील क्रेडीट हिशेब पुस्तकात उपलब्ध क्रेडीट म्हणून दाखविता येते. असे उपलब्ध क्रेडीट जीएसटी कर भरण्यासाठी वापरता येईल. त्याचे नियम शिल्लक मालावरील क्रेडीटसारखेच आहेत. जीएसटी कायद्यातील तरतुदींनुसार त्याचा उपयोग कर भरण्यासाठी करता आला पाहिजे.

जीएसटीचे तीन वेगवेगळे कायदे आहेत. त्यातील कोणता कर भरण्यासाठी उपलब्ध सेनव्हॅट क्रेडीट वापरता येईल ?

उपलब्ध पण न वापरलेले सेनव्हॅट क्रेडीट जीएसटीसाठी कसे वापरता येईल याची तरतूद CGST कायद्यात आहे. एक्साइज काय आणि सेवा कर काय, दोन्ही आज केंद्रशासनाला मिळतात. त्यामुळे जीएसटी येईल त्या दिवशी उपलब्ध असलेले सेनव्हॅट क्रेडीट हे CGST आणि IGST भरण्यासाठीच वापरता येईल, राज्याच्या जीएसटीसाठी वापरता येणार नाही. त्याचप्रमाणे राज्य शासनाचे कर असतील त्याचे क्रेडीट SGST साठीच वापरता येईल.

मालाचे उत्पादन करण्यासाठी यंत्रसामग्रीसारख्या भांडवली वस्तू लागतात. त्याला शिल्लक माल म्हणत नाहीत. त्यावरील सेनव्हॅट क्रेडीट शिल्लक असेल तर ते मिळेल का?

यंत्रसामग्रीसारख्या भांडवली वस्तू उत्पादन करण्यासाठी आवश्यक असल्या तरी त्या उत्पादन प्रक्रियेनंतरही मालमत्ता म्हणून शिल्लक राहतात. त्या उत्पादन क्षेत्रातून बाहेर जात नाहीत. पुढे अनेक वर्षे त्यांचा उपयोग उत्पादन करण्यासाठी होत राहतो. म्हणून त्यासाठी सेनव्हॅट क्रेडीट घेण्याचे वेगळे

नियम आहेत. त्याचे सेनव्हॅट क्रेडीट दोन टप्प्यांत घेता येते. पहिल्या वर्षात निम्मे म्हणजे ५०% क्रेडीट घ्यायचे आणि उर्वरित निम्मे म्हणजे ५०% क्रेडीट पुढील कोणत्याही आर्थिक वर्षात घेता येते. त्याचा हिशेब वर सांगितला आहे तसा म्हणजे हिशेब पुस्तकात उपलब्ध क्रेडीट म्हणून दाखवावयाचा असतो. एक्साइजखालील सादर करायच्या शेवटच्या रिटर्नमध्ये न वापरलेले सेनव्हॅट क्रेडीट दाखविले नसले तरी जीएसटी येईल, त्या दिवशी असे शिल्लक क्रेडीट जीएसटीसाठी वापरता येईल. सेनव्हॅट क्रेडीटचे नियम आणि जीएसटी कायद्यातील तरतुदी या दोन्ही कायद्याखाली त्याचे क्रेडीट घेण्याची तरतूद असली पाहिजे.

संदर्भ : *CGST / SGST, कलम १४०(२)*

उत्पादनातील काही प्रक्रिया करण्यासाठी जॉब वर्कर कडे वस्तू पाठविल्या असतील तसेच उत्पादित वस्तू काही प्रक्रिये साठी पाठविल्या असतील तर त्या वस्तू परत करताना कर भरावा लागेल का?

जीएसटी लागू होण्यापूर्वी उत्पादनातील प्रक्रिया करण्यासाठी कच्चा माल किंवा काही प्रक्रिया केलेल्या वस्तू जर जॉब वर्करकडे पाठविल्या असतील आणि जीएसटी लागू झाल्यापासून जर सहा महिन्यांच्या आत अशा वस्तू प्रक्रिया करून मूळ उत्पादकाकडे परत आल्या असतील तर अशा वस्तूंवर कर आकारला जाणार नाही. तसेच, उत्पादित वस्तू त्याचा दर्जा तपासण्यासाठी किंवा तत्सम कारणांसाठी जीएसटी लागू होण्यापूर्वी पाठविली असेल आणि जीएसटी लागू झाल्यापासून जर सहा महिन्यांच्या आत अशा वस्तू प्रक्रिया करून मूळ उत्पादकाकडे परत आल्या असतील तर अश्या वस्तूंवर कर आकारला जाणार नाही.

मात्र त्यासाठी उत्पादक आणि जॉब वर्कर या दोघांनीही जीएसटी लागू होईल त्या दिवसाच्या त्यांच्या शिल्लक मालाच्या यादीत त्या वस्तू दाखविलेल्या असल्या पाहिजेत आणि नियमानुसार जे फॉर्म आणि जी माहिती देणे आवश्यक असेल ते दिले पाहिजेत. अशा वस्तू मुदतीत परत न आल्यास उत्पादकाने त्या संदर्भात घेतलेले सेनव्हॅट क्रेडीट परत घेतले जाईल आणि वसूल केले जाईल.

संदर्भ : *GST कलम १४१*

जीएसटी येण्यापूर्वी कर लावून पाठविलेल्या/विकलेल्या वस्तू १ जुलै नंतर परत आल्यावर त्याला कोणता कर कायदा लागू होईल ?

१ जुलै पूर्वी ६ महिन्यातील विकलेल्या वस्तू असतील आणि जीएसटी आल्यापासून त्या वस्तू सहा महिन्यात परत आल्या असतील तर अशा वस्तू नोंदणी न झालेल्या व्यापाऱ्याकडून परत आल्यास आधीच्या कायद्यानुसार परतावा मागता येईल आणि जीएसटी खालील नोंदणीकृत व्यापाऱ्याकडून परत आल्यास त्यावर जीएसटी कर लागू होईल.

फ्लॅट बुकींग केले तरी बांधकाम पूर्ण झालेले नसेल तर त्यावरील कर कसा भरावयाचा?

महाराष्ट्रात १ एप्रिल २०१० पासून बुकिंग ॲग्रीमेंट करतांनाच संपूर्ण किंमतीच्या १% रक्कम भरण्याची

योजना आहे, बहुतेक सर्वांनी त्यानुसार कर भरला आहे. जीएसटी कायद्यातील तरतुदींनुसार तसेच महाराष्ट्र शासनाने उपरोक्त आपसमेळ योजनेत केलेल्या बदलानुसार १ जुलै २०१७ रोजी अपूर्ण असलेल्या व्यवहारांवर जीएसटी नुसार १२% कर भरावा लागणार आहे. त्याचप्रमाणे प्रमोटर्सना व्हॅटनुसार सेट ऑफ मिळत नव्हता तो १ जुलै २०१७ नंतर मिळू लागेल.

तसेच १ जुलै च्या शिल्लक मालातील कराची रक्कम देखील इनपुट टॅक्स क्रेडीट म्हणून घेता येईल. सेवा कर हा ज्या ज्या वेळी कराचा हप्ता दिला जातो त्यावेळी भरला जात होता. एकूणच याबाबत कर आकारणी कशी करायची याविषयी संभ्रम आहे. महाराष्ट्र विक्रीकर खात्याने त्याबाबत काही स्पष्टीकरण दिले आहे, त्यात फक्त महसूल वाढीचाच विचार केला आहे, सुलभता आणि न्याय यांचा विचार झालेला नाही.

बांधकाम कंत्राटे (Construction Contracts) ही अनेक महिने / वर्षे चालू असतात. त्या बाबत काय काळजी घ्यायला पाहिजे?

इमारती, रस्ते, फ्लायओव्हर, धरणे, पाईपलाईन टाकणे अशा स्वरूपाची कामे बांधकाम कंत्राटे म्हणून संबोधली जातात. त्यात रोजच्या रोज काही ना काही काम चालू असते. म्हणजे रोजच्या रोज पुरवठा होत असतो. पण त्याची बिले कामाचे काही टप्पे पूर्ण होतात, त्याचवेळी करायची असतात, केली जातात. जीएसटी ज्या दिवशी येईल, त्या दिवशी देखील अशी बांधकामे वेगवेगळ्या टप्प्यावर पूर्ण झाली असतील. जीएसटी येण्यापूर्वी झालेल्या पुरवठ्यावर अगोदरच्या कायद्याप्रमाणे कर भरावा आणि जीएसटी लागू केल्या दिवसापासून जो पुरवठा झाला त्यावर जीएसटीनुसार कर भरावा, अशी तरतूद केली आहे. बांधकामात पुरवठा कधी झाला हे सिद्ध करणे कर्मकठीण आहे. म्हणून जीएसटी अमलात येईल, त्याच्या आदल्या दिवशी जेवढे काम पूर्ण झाले आहे तेवढ्याचे बिल करणे योग्य होईल.

समजा, असे ठरले असेल, की दर महिन्याच्या १० तारखेस बिल करायचे, जीएसटी १ जुलैला आला. १० जून ते १० जुलैचे बिल करण्याऐवजी १० जून ते ३० जून असे बिल केल्यास दोन्ही कायद्यांखाली कर भरावा लागण्याची शक्यता राहणार नाही.

याबाबत आणखी कोणते प्रश्न येऊ शकतात?

या स्वरूपाची मोठी कामे देताना लिखित करार केले जातात. त्याच्या अटी आणि शर्ती काटेकोरपणे लिहिलेल्या असतात. बांधकाम कंत्राटाला अनेक कायदे लागू होतात. अनेक करारात कंत्राटाच्या किंमतीत सर्व कर समाविष्ट आहेत, असे लिहिलेले असते. करार झाला त्यावेळी जे कर असतात त्याचा विचार टेंडर भरताना, प्रस्ताव देताना केलेला असतो. अशा अटींचे पुनरावलोकन केले पाहिजे. हे काम संक्रमण काळातच करायला पाहिजे. करार करताना केवढा कराचा भार गृहीत धरला होता त्यापेक्षा जर जास्त कर जीएसटी आल्यामुळे भरावा लागला, तर तो कंत्राटदाराला देण्यात येईल, असा पुरवणी करार करावा. खासगी ग्राहकाशी केलेल्या कराराबाबत अशी बोलणी करणे सोपे आहे.

अशी मोठी कामे देणारी मुख्य संस्था म्हणजे शासन. त्यांच्यातर्फे देण्यात येणाऱ्या कामाचे करार हे शासनानेच तयार केलेले असतात. त्यात काना, मात्रा, टिंबाचा फरक करावयास अधिकारी तयार नसतात. त्यांना करकायदा बदलला हे अधिकृतरीत्या समजल्याशिवाय ते कोणताही बदल करीत नाहीत. याचा अनुभव अनेकांनी व्हॅट लागू झाला तेव्हा घेतला असेल. व्हॅट १ एप्रिल २००५ पासून महाराष्ट्रात लागू झाला. पण पीडब्ल्यूडीतर्फे देण्यात येणारी TDS प्रमाणपत्रे पुढील दोन वर्षे जुन्या कायद्यानुसार देत असत. व्हॅट कायद्यात एक तरतूद होती, की कायदा लागू होण्याअगोदर करारानुसार काम सुरु झाले असेल, तर त्या कामावर पूर्वीच्या कायद्याप्रमाणे कर लावला जाईल. त्यामुळे व्हॅट आला म्हणून कोणाचे नुकसान झाले नाही. जीएसटी कायद्यात अशी तरतूद नाही. म्हणून बांधकाम करार पुन्हा तपासून बघून योग्य ते बदल करून घ्यायला पाहिजेत. बरेच महिने / वर्षे चालू राहणाऱ्या बांधकाम सोडून इतरही कराराच्या तरतुदी एकदा तपासून घ्याव्यात.

शाखा हस्तांतरण (ब्रँच ट्रान्स्फर)

बऱ्याच व्यापाऱ्यांच्या इतर राज्यात शाखा आहेत, तसेच काहींनी एजंटही नेमले आहेत. जीएसटी आल्यावर दोन शाखांमधील तसेच एजंट बरोबर केलेले व्यवहार हे दोन वेगळ्या व्यक्तींमधील पुरवठा समजले जाणार आहेत. त्यामुळे त्यावर पूर्ण कर भरावा लागेल. त्या प्रमाणात भांडवल गुंतून पडू शकते. जीएसटीमुळे बदललेल्या कर प्रणालीनुसार अशा शाखांची गरज आहे का? एजंट नेमण्याची गरज आहे का? याचा पुनर्विचार करावा.

• • •

Relevant Part of CGST Act 2017

Section 2

(6) "aggregate turnover" means the aggregate value of all taxable supplies (excluding the value of inward supplies on which tax is payable by a person on reverse charge basis), exempt supplies, exports of goods or services or both and inter-State supplies of persons having the same Permanent Account Number, to be computed on all India basis but excludes central tax, State tax, Union territory tax, integrated tax and cess;

(7) "agriculturist" means an individual or a Hindu Undivided Family who undertakes cultivation of land -

(a) by own labour, or

(b) by the labour of family, or

(c) by servants on wages payable in cash or kind or by hired labour under personal supervision or the personal supervision of any member of the family;

(17) "business" includes –

(a) any trade, commerce, manufacture, profession, vocation, adventure, wager or any other similar activity, whether or not it is for a pecuniary benefit;

(b) any activity or transaction in connection with or incidental or ancillary to sub-clause (a);

(c) any activity or transaction in the nature of sub-clause (a), whether or not there is volume, frequency, continuity or regularity of such transaction;

(d) supply or acquisition of goods including capital goods and services in connection with commencement or closure of business;

(e) provision by a club, association, society, or any such body (for a subscription or any other consideration) of the facilities or benefits to its members;

(f) admission, for a consideration, of persons to any premises;

(g) services supplied by a person as the holder of an office which has been accepted by him in the course or furtherance of his trade, profession or vocation;

(h) services provided by a race club by way of totalisator or a licence to book maker in such club ; and

(i) any activity or transaction undertaken by the Central Government, a State Government or any local authority in which they are engaged as public authorities;

(18) "business vertical" means a distinguishable component of an enterprise that is engaged in the supply of individual goods or services or a group of related goods or services which is subject to risks and returns that are different from those of the other business verticals. Explanation.—For the purposes of this clause, factors that should be considered in determining whether goods or services are related include –

(a) the nature of the goods or services;

(b) the nature of the production processes;

(c) the type or class of customers for the goods or services;

(d) the methods used to distribute the goods or supply of services; and

(e) the nature of regulatory environment (wherever applicable), including banking, insurance, or public utilities;

(19) "capital goods" means goods, the value of which is capitalised in the books of account of the person claiming the input tax credit and which are used or intended to be used in the course or furtherance of business;

(20) "casual taxable person" means a person who occasionally undertakes transactions involving supply of goods or services or both in the course or furtherance of business, whether as principal, agent or in any other capacity, in a State or a Union territory where he has no fixed place of business;

(30) "composite supply" means a supply made by a taxable person to a recipient consisting of two or more taxable supplies of goods or services or both, or any combination thereof, which are naturally bundled and supplied in conjunction with each other in the ordinary course of business, one of which is a principal supply; Illustration.— Where goods are packed and transported with insurance, the supply of goods, packing materials, transport and insurance is a composite supply and supply of goods is a principal supply;

(31) "consideration" in relation to the supply of goods or services or both includes—

(a) any payment made or to be made, whether in money or otherwise, in respect of, in response to, or for the inducement of, the supply of goods or services or both, whether by the recipient or by any other person but shall not include any subsidy given by the Central Government or a State Government;

(b) the monetary value of any act or forbearance, in respect of, in response to, or for the inducement of, the supply of goods or services or both, whether by the recipient or by any other person but shall not include any subsidy given by the Central Government or a State Government: Provided that a deposit given in respect of the supply of goods or services or both shall not be considered as payment made for such supply unless the supplier applies such deposit as consideration for the said supply;

(47) "exempt supply" means supply of any goods or services or both which attracts nil rate of tax or which may be wholly exempt from tax under section 11, or under section 6 of the Integrated Goods and Services Tax Act, and includes non-taxable supply;

(50) "fixed establishment" means a place (other than the registered place of business) which is characterised by a sufficient degree of permanence and suitable structure in terms of human and technical resources to supply services, or to receive and use services for its own needs;

(52) "goods" means every kind of movable property other than money and securities but includes actionable claim, growing crops, grass and things attached to or forming part of the land which are agreed to be severed before supply or under a contract of supply;

(59) "input" means any goods other than capital goods used or intended to be used by a supplier in the course or furtherance of business; (60) "input service" means any service used or intended to be used by a supplier in the course or furtherance of business;

(60) "input service" means any service used or intended to be used by a supplier in the course or furtherance of business;

(61) "Input Service Distributor" means an office of the supplier of goods or services or both which receives tax invoices issued under section 31 towards the receipt of input services and issues a prescribed document for the purposes of distributing the credit of central tax, State tax, integrated tax or Union territory tax paid on the said services to a supplier of taxable goods or services or both having the same Permanent Account Number as that of the said office;

(62) "input tax" in relation to a registered person, means the central tax, State tax, integrated tax or Union territory tax charged on any supply of goods or services or both made to him and includes -

(a) the integrated goods and services tax charged on import of goods;

(b) the tax payable under the provisions of sub-sections (3) and (4) of section 9;

(c) the tax payable under the provisions of sub-sections (3) and (4) of section 5 of the Integrated Goods and Services Tax Act;

(d) the tax payable under the provisions of sub-sections (3) and (4) of section 9 of the respective State Goods and Services Tax Act; or (e) the tax payable under the provisions of sub-sections (3) and (4) of section 7 of the Union Territory Goods and Services Tax Act, but does not include the tax paid under the composition levy;

(67) "inward supply" in relation to a person, shall mean receipt of goods or services or both whether by purchase, acquisition or any other means with or without consideration;

(68) "job work" means any treatment or process undertaken by a person on goods belonging to another registered person and the expression "job worker" shall be construed accordingly;

73) "market value" shall mean the full amount which a recipient of a supply is required to pay in order to obtain the goods or services or both of like kind and quality at or about the same time and at the same commercial level where the recipient and the supplier are not related;

(74) "mixed supply" means two or more individual supplies of goods or services, or any combination thereof, made in conjunction with each other by a taxable person for a single price where such supply does not constitute a composite supply.

Illustration :- A supply of a package consisting of canned foods, sweets, chocolates, cakes, dry fruits, aerated drinks and fruit juices when supplied for asingle price is a mixed supply. Each of these items can be supplied separately and is not dependent on any other. It shall not be a mixed supply if these items are supplied separately;

(75) "money" means the Indian legal tender or any foreign currency, cheque, promissory note, bill of exchange, letter of credit, draft, pay order, traveller cheque, money order, postal or electronic remittance or any other instrument recognised by the Reserve Bank of India when used as a consideration to settle an obligation or exchange with Indian legal tender of another denomination but shall not include any currency that is held for its numismatic value;

(82) "output tax" in relation to a taxable person, means the tax chargeable under this Act on taxable supply of goods or services or both made by him or by his agent but excludes tax payable by him on reverse charge basis;

(83) "outward supply" in relation to a taxable person, means supply of goods or services or both, whether by sale, transfer, barter, exchange, licence, rental, lease or disposal or any other mode, made or agreed to be made by such person in the course or furtherance of business;

(84) "person" includes -

(a) an individual;

(b) a Hindu Undivided Family;

(c) a company;

(d) a firm;

(e) a Limited Liability Partnership;

(f) an association of persons or a body of individuals, whether incorporated or not, in India or outside India;

(g) any corporation established by or under any Central Act, State Act or Provincial Act or a Government company as defined in clause (45) of section 2 of the Companies Act, 2013;

(h) any body corporate incorporated by or under the laws of a country outside India;

(i) a co-operative society registered under any law relating to co-operative societies;

(j) a local authority;

(k) Central Government or a State Government;

(l) society as defined under the Societies Registration Act, 1860;

(m) trust; and

(n) every artificial juridical person, not falling within any of the above;

(85) "place of business" includes –

(a) a place from where the business is ordinarily carried on, and includes a warehouse, a godown or any other place where a taxable person stores his goods, supplies or receives goods or services or both; or

(b) a place where a taxable person maintains his books of account; or

(c) a place where a taxable person is engaged in business through an agent, by whatever name called;

(90) "principal supply" means the supply of goods or services which constitutes the predominant element of a composite supply and to which any other supply forming part of that composite supply is ancillary;

(93) "recipient" of supply of goods or services or both, means -

(a) where a consideration is payable for the supply of goods or services or both, the person who is liable to pay that consideration;

(b) where no consideration is payable for the supply of goods, the person to whom the goods are delivered or made available, or to whom possession or use of the goods is given or made available; and

(c) where no consideration is payable for the supply of a service, the person to whom the service is rendered, and any reference to a person to whom a supply is made shall be construed as a reference to the recipient of the supply and shall include an agent acting as such on behalf of the recipient in relation to the goods or services or both supplied;

(102) "services" means anything other than goods, money and securities but includes activities relating to the use of money or its conversion by cash or by any other mode, from one form, currency or denomination, to another form, currency or denomination for which a separate consideration is charged;

(119) "works contract" means a contract for building, construction, fabrication, completion, erection, installation, fitting out, improvement, modification, repair, maintenance, renovation, alteration or commissioning of any immovable property wherein transfer of property in goods (whether as goods or in some other form) is involved in the execution of such contract;

Section 7
Meaning and scope of Supply

7. (1) For the purposes of this Act, the expression "supply" includes –

(a) all forms of supply of goods or services or both such as sale, transfer, barter, exchange, licence, rental, lease or disposal made or agreed to be made for a consideration by a person in the course or furtherance of business;

(b) import of services for a consideration whether or not in the course or furtherance of business;

(c) the activities specified in Schedule I, made or agreed to be made without a consideration; and

(d) the activities to be treated as supply of goods or supply of services as referred to in Schedule II.

(2) Notwithstanding anything contained in sub-section (1), –

(a) activities or transactions specified in Schedule III; or

(b) such activities or transactions undertaken by the Central Government, a State Government or any local authority in which they are engaged as public authorities, as may be notified by the Government on the recommendations of the Council, shall be treated neither as a supply of goods nor a supply of services.

(3) Subject to the provisions of sub-sections (1) and (2), the Government may, on the recommendations of the Council, specify, by notification, the transactions that are to be treated as -

(a) a supply of goods and not as a supply of services; or

(b) a supply of services and not as a supply of goods

Section 8
Tax liability on composite and mixed supplies.

8. The tax liability on a composite or a mixed supply shall be determined in the following manner, namely:— (a) a composite supply comprising two or more supplies, one of which is a principal supply, shall be treated as a supply of such principal supply; and (b) a mixed supply comprising two or more supplies shall be treated as a supply of that particular supply which attracts the highest rate of tax.

Section 9
Levy and collection

9. (1) Subject to the provisions of sub-section (2), there shall be levied a tax called the central goods and services tax on all intra-State supplies of goods or services or both, except on the supply of alcoholic liquor for human consumption, on the value determined under section 15 and at such rates, not exceeding twenty per cent., as may be notified by the Government on the recommendations of the Council and collected in such manner as may be prescribed and shall be paid by the taxable person.

(2) The central tax on the supply of petroleum crude, high speed diesel, motor spirit (commonly known as petrol), natural gas and aviation turbine fuel shall be levied with effect from such date as may be notified by the Government on the recommendations of the Council.

(3) The Government may, on the recommendations of the Council, by notification, specify categories of supply of goods or services or both, the tax on which shall be paid on reverse charge basis by the recipient of such goods or services or both and all the provisions of this Act shall apply to such recipient as if he is the person liable for paying the tax in relation to the supply of such goods or services or both.

(4) The central tax in respect of the supply of taxable goods or services or both by a supplier, who is not registered, to a registered person shall be paid by such person on reverse charge basis as the recipient and all the provisions of this Act shall apply to such recipient as if he is the person liable for paying the tax in relation to the supply of such goods or services or both.

(5) The Government may, on the recommendations of the Council, by notification, specify categories of services the tax on intra-State supplies of which shall be paid by the electronic commerce operator if such services are supplied through it, and all the provisions of this Act shall apply to such electronic commerce operator as if he is the supplier liable for paying the tax in relation to the supply of such services:

Provided that where an electronic commerce operator does not have a physical presence in the taxable territory, any person representing such electronic commerce operator for any purpose in the taxable territory shall be liable to pay tax:

Provided further that where an electronic commerce operator does not have a physical presence in the taxable territory and also he does not have a representative in the said territory, such electronic commerce operator shall appoint a person in the taxable territory for the purpose of paying tax and such person shall be liable to pay tax.

Section 10
Composition levy

10. (1) Notwithstanding anything to the contrary contained in this Act but subject to the provisions of sub-sections (3) and (4) of section 9, a registered person, whose aggregate turnover in the preceding financial year did not exceed fifty lakh rupees, may opt to pay, in lieu of the tax payable by him, an amount calculated at such rate as may be prescribed, but not exceeding, –

(a) one per cent. of the turnover in State or turnover in Union territory in case of a manufacturer,

(b) two and a half per cent. of the turnover in State or turnover in Union territory in case of persons engaged in making supplies referred to in clause (b) of paragraph 6 of Schedule II, and

(c) half per cent. of the turnover in State or turnover in Union territory in case of other suppliers,

subject to such conditions and restrictions as may be prescribed:

Provided that the Government may, by notification, increase the said limit of fifty lakh rupees to such higher amount, not exceeding one crore rupees, as may be recommended by the Council.

(2) The registered person shall be eligible to opt under sub-section (1), if : -

(a) he is not engaged in the supply of services other than supplies referred to in clause

(b) of paragraph 6 of Schedule II; (b) he is not engaged in making any supply of goods which are not leviable to tax under this Act;

(c) he is not engaged in making any inter-State outward supplies of goods;

(d) he is not engaged in making any supply of goods through an electronic commerce operator who is required to collect tax at source under section 52; and

(e) he is not a manufacturer of such goods as may be notified by the Government on the recommendations of the Council:

Provided that where more than one registered persons are having the same Permanent Account Number (issued under the Income-tax Act, 1961), the registered person shall not be eligible to opt for the scheme under sub-section (1) unless all such registered persons opt to pay tax under that sub-section.

(3) The option availed of by a registered person under sub-section (1) shall lapse with effect from the day on which his aggregate turnover during a financial year exceeds the limit specified under sub-section (1).

(4) A taxable person to whom the provisions of sub-section (1) apply shall not collect any tax from the recipient on supplies made by him nor shall he be entitled to any credit of input tax.

(5) If the proper officer has reasons to believe that a taxable person has paid tax under sub-section (1) despite not being eligible, such person shall, in addition to any tax that may be payable by him under any other provisions of this Act, be liable to a penalty and the provisions of section 73 or section 74 shall, mutatis mutandis, apply for determination of tax and penalty

Section 11
Power to grant exemption from tax

11. (1) Where the Government is satisfied that it is necessary in the public interest so to do, it may, on the recommendations of the Council, by notification, exempt generally, either absolutely or subject to such conditions as may be specified therein, goods or services or both of any specified description from the whole or any part of the tax leviable thereon with effect from such date as may be specified in such notification.

(2) Where the Government is satisfied that it is necessary in the public interest so to do, it may, on the recommendations of the Council, by special order in each case, under circumstances of an exceptional nature to be stated in such order, exempt from payment of tax any goods or services or both on which tax is leviable.

(3) The Government may, if it considers necessary or expedient so to do for the purpose of clarifying the scope or applicability of any notification issued under sub-section (1) or order issued under sub-section (2), insert an explanation in such notification or order, as the case may be, by notification at any time within one year of issue of the notification under sub-section (1) or order under sub-section (2), and every such explanation shall have effect as if it had always been the part of the first such notification or order, as the case may be.

Explanation :– For the purposes of this section, where an exemption in respect of any goods or services or both from the whole or part of the tax leviable thereon has been granted absolutely, the registered person supplying such goods or services or both shall not collect the tax, in excess of the effective rate, on such supply of goods or services or both.

Section 12

Time of supply of Goods

12. (1) The liability to pay tax on goods shall arise at the time of supply, as determined in accordance with the provisions of this section.

(2) The time of supply of goods shall be the earlier of the following dates, namely :-

(a) the date of issue of invoice by the supplier or the last date on which he is required, under sub-section (1) of section 31, to issue the invoice with respect to the supply; or

(b) the date on which the supplier receives the payment with respect to the supply :

Provided that where the supplier of taxable goods receives an amount up to one thousand rupees in excess of the amount indicated in the tax invoice, the time of supply to the extent of such excess amount shall, at the option of the said supplier, be the date of issue of invoice in respect of such excess amount

Explanation 1 – For the purposes of clauses (a) and (b), "supply" shall be deemed to have been made to the extent it is covered by the invoice or, as the case may be, the payment.

Explanation 2 – For the purposes of clause (b), "the date on which the supplier receives the payment" shall be the date on which the payment is entered in his books of account or the date on which the payment is credited to his bank account, whichever is earlier.

(3) In case of supplies in respect of which tax is paid or liable to be paid on reverse charge basis, the time of supply shall be the earliest of the following dates, namely : -

(a) the date of the receipt of goods; or

(b) the date of payment as entered in the books of account of the recipient or the date on which the payment is debited in his bank account, whichever is earlier; or

(c) the date immediately following thirty days from the date of issue of invoice or any other document, by whatever name called, in lieu thereof by the supplier:

Provided that where it is not possible to determine the time of supply under clause (a) or clause (b) or clause (c), the time of supply shall be the date of entry in the books of account of the recipient of supply.

(4) In case of supply of vouchers by a supplier, the time of supply shall be -

(a) the date of issue of voucher, if the supply is identifiable at that point; or

(b) the date of redemption of voucher, in all other cases.

(5) Where it is not possible to determine the time of supply under the provisions of sub-section (2) or sub-section (3) or sub-section (4), the time of supply shall -

(a) in a case where a periodical return has to be filed, be the date on which such return is to be filed; or

(b) in any other case, be the date on which the tax is paid.

(6) The time of supply to the extent it relates to an addition in the value of supply by way of interest, late fee or penalty for delayed payment of any consideration shall be the date on which the supplier receives such addition in value.

Section 13
Time of supply of services.

13. (1) The liability to pay tax on services shall arise at the time of supply, as determined in accordance with the provisions of this section.

(2) The time of supply of services shall be the earliest of the following dates, namely : -

(a) the date of issue of invoice by the supplier, if the invoice is issued within the period prescribed under sub-section (2) of section 31 or the date of receipt of payment, whichever is earlier; or

(b) the date of provision of service, if the invoice is not issued within the period prescribed under sub-section (2) of section 31 or the date of receipt of payment, whichever is earlier; or

(c) the date on which the recipient shows the receipt of services in his books of account, in a case where the provisions of clause (a) or clause (b) do not apply:

Provided that where the supplier of taxable service receives an amount up to one thousand rupees in excess of the amount indicated in the tax invoice, the time of supply to the extent of such excess amount shall, at the option of the said supplier, be the date of issue of invoice relating to such excess amount.

Explanation – For the purposes of clauses (a) and (b)—

(i) the supply shall be deemed to have been made to the extent it is covered by the invoice or, as the case may be, the payment;

(ii) "the date of receipt of payment" shall be the date on which the payment is entered in the books of account of the supplier or the date on which the payment is credited to his bank account, whichever is earlier.

(3) In case of supplies in respect of which tax is paid or liable to be paid on reverse charge basis, the time of supply shall be the earlier of the following dates, namely :–

(a) the date of payment as entered in the books of account of the recipient or the date on which the payment is debited in his bank account, whichever is earlier; or

(b) the date immediately following sixty days from the date of issue of invoice or any other document, by whatever name called, in lieu thereof by the supplier :

Provided that where it is not possible to determine the time of supply under clause (a) or clause (b), the time of supply shall be the date of entry in the books of account of the recipient of supply :

Provided further that in case of supply by associated enterprises, where the supplier of service is located outside India, the time of supply shall be the date of entry in the books of account of the recipient of supply or the date of payment, whichever is earlier.

(4) In case of supply of vouchers by a supplier, the time of supply shall be –
(a) the date of issue of voucher, if the supply is identifiable at that point; or
(b) the date of redemption of voucher, in all other cases.

(5) Where it is not possible to determine the time of supply under the provisions of sub-section (2) or sub-section (3) or sub-section (4), the time of supply shall –

(a) in a case where a periodical return has to be filed, be the date on which such return is to be filed; or

(b) in any other case, be the date on which the tax is paid.

(6) The time of supply to the extent it relates to an addition in the value of supply by way of interest, late fee or penalty for delayed payment of any consideration shall be the date on which the supplier receives such addition in value

Section 15
Value of Taxable Supply

15. (1) The value of a supply of goods or services or both shall be the transaction value, which is the price actually paid or payable for the said supply of goods or services or both where the supplier and the recipient of the supply are not related and the price is the sole consideration for the supply.

(2) The value of supply shall include——

(a) any taxes, duties, cesses, fees and charges levied under any law for the time being in force other than this Act, the State Goods and Services Tax Act, the Union Territory Goods and Services Tax Act and the Goods and Services Tax (Compensation to States) Act, if charged separately by the supplier;

(b) any amount that the supplier is liable to pay in relation to such supply but which has been incurred by the recipient of the supply and not included in the price actually paid or payable for the goods or services or both;

(c) incidental expenses, including commission and packing, charged by the supplier to the recipient of a supply and any amount charged for anything done by the supplier in respect of the supply of goods or services or both at the time of, or before delivery of goods or supply of services;

(d) interest or late fee or penalty for delayed payment of any consideration for any supply; and

(e) subsidies directly linked to the price excluding subsidies provided by the Central Government and State Governments.

Explanation :– For the purposes of this sub-section, the amount of subsidy shall be included in the value of supply of the supplier who receives the subsidy.

(3) The value of the supply shall not include any discount which is given –

(a) before or at the time of the supply if such discount has been duly recorded in the invoice issued in respect of such supply; and

(b) after the supply has been effected, if -

(i) such discount is established in terms of an agreement entered into at or before the time of such supply and specifically linked to relevant invoices; and

(ii) input tax credit as is attributable to the discount on the basis of document issued by the supplier has been reversed by the recipient of the supply

(4) Where the value of the supply of goods or services or both cannot be determined under sub-section (1), the same shall be determined in such manner as may be prescribed.

(5) Notwithstanding anything contained in sub-section (1) or sub-section (4), the value of such supplies as may be notified by the Government on the recommendations of the Council shall be determined in such manner as may be prescribed.

Explanation :- For the purposes of this Act, –

(a) persons shall be deemed to be "related persons" if—

(i) such persons are officers or directors of one another's businesses;

(ii) such persons are legally recognised partners in business;

(iii) such persons are employer and employee;

(iv) any person directly or indirectly owns, controls or holds twenty-five per cent. or more of the outstanding voting stock or shares of both of them;

(v) one of them directly or indirectly controls the other;

(vi) both of them are directly or indirectly controlled by a third person;

(vii) together they directly or indirectly control a third person; or

(viii) they are members of the same family;

(b) the term "person" also includes legal persons;

(c) persons who are associated in the business of one another in that one is the sole agent or sole distributor or sole concessionaire, howsoever described, of the other, shall be deemed to be related.

Section 16
Eligibility and conditions for taking input tax credit.

16. (1) Every registered person shall, subject to such conditions and restrictions as may be prescribed and in the manner specified in section 49, be entitled to take credit of input tax charged on any supply of goods or services or both to him which are used or intended to be used in the course or furtherance of his business and the said amount shall be credited to the electronic credit ledger of such person.

(2) Notwithstanding anything contained in this section, no registered person shall be entitled to the credit of any input tax in respect of any supply of goods or services or both to him unless,—

(a) he is in possession of a tax invoice or debit note issued by a supplier registered under this Act, or such other tax paying documents as may be prescribed;

(b) he has received the goods or services or both.

Explanation :- For the purposes of this clause, it shall be deemed that the registered person has received the goods where the goods are delivered by the supplier to a recipient or any other person on the direction of such registered person, whether acting as an agent or otherwise, before or during movement of goods, either by way of transfer of documents of title to goods or otherwise;

(c) subject to the provisions of section 41, the tax charged in respect of such supply has been actually paid to the Government, either in cash or through utilisation of input tax credit admissible in respect of the said supply; and

(d) he has furnished the return under section 39:

Provided that where the goods against an invoice are received in lots or instalments, the registered person shall be entitled to take credit upon receipt of the last lot or instalment:

Provided further that where a recipient fails to pay to the supplier of goods or services or both, other than the supplies on which tax is payable on reverse charge basis, the amount towards the value of supply along with tax payable thereon within a period of one hundred and eighty days from the date of issue of invoice by the supplier, an amount equal to the input tax credit availed by the recipient shall be added to his output tax liability, along with interest thereon, in such manner as may be prescribed:

Provided also that the recipient shall be entitled to avail of the credit of input tax on payment made by him of the amount towards the value of supply of goods or services or both along with tax payable thereon.

(3) Where the registered person has claimed depreciation on the tax component of the cost of capital goods and plant and machinery under the provisions of the Income-tax Act, 1961, the input tax credit on the said tax component shall not be allowed.

(4) A registered person shall not be entitled to take input tax credit in respect of any invoice or debit note for supply of goods or services or both after the due date of furnishing of the return under section 39 for the month of September following the end of financial year to which such invoice or invoice relating to such debit note pertains or furnishing of the relevant annual return, whichever is earlier.

Section 17
Apportionment of credit and blocked credits

17. (1) Where the goods or services or both are used by the registered person partly for the purpose of any business and partly for other purposes, the amount of credit shall be restricted to so much of the input tax as is attributable to the purposes of his business.

(2) Where the goods or services or both are used by the registered person partly for effecting taxable supplies including zero-rated supplies under this Act or under the Integrated Goods and Services Tax Act and partly for effecting exempt supplies under the said Acts, the amount of credit shall be restricted to so much of the input tax as is attributable to the said taxable supplies including zero-rated supplies.

(3) The value of exempt supply under sub-section (2) shall be such as may be prescribed, and shall include supplies on which the recipient is liable to pay tax on reverse charge basis, transactions in securities, sale of land and, subject to clause (b) of paragraph 5 of Schedule II, sale of building.

(4) A banking company or a financial institution including a non-banking financial company, engaged in supplying services by way of accepting deposits, extending loans or advances shall have the option to either comply with the provisions of sub-section (2), or avail of, every month, an amount equal to fifty per cent. of the eligible input tax credit on inputs, capital goods and input services in that month and the rest shall lapse:

Provided that the option once exercised shall not be withdrawn during the remaining part of the financial year :

Provided further that the restriction of fifty per cent. shall not apply to the tax paid on supplies made by one registered person to another registered person having the same Permanent Account Number.

(5) Notwithstanding anything contained in sub-section (1) of section 16 and sub-section (1) of section 18, input tax credit shall not be available in respect of the following, namely : -

(a) motor vehicles and other conveyances except when they are used –

(i) for making the following taxable supplies, namely :-

(A) further supply of such vehicles or conveyances ; or

(B) transportation of passengers; or

(C) imparting training on driving, flying, navigating such vehicles or conveyances;

(ii) for transportation of goods;

(b) the following supply of goods or services or both—

(i) food and beverages, outdoor catering, beauty treatment, health services, cosmetic and plastic surgery except where an inward supply of goods or services or both of a particular category is used by a registered person for making an outward taxable supply of the same category of goods or services or both or as an element of a taxable composite or mixed supply;

(ii) membership of a club, health and fitness centre;

(iii) rent-a-cab, life insurance and health insurance except where –

(A) the Government notifies the services which are obligatory for an employer to provide to its employees under any law for the time being in force; or

(B) such inward supply of goods or services or both of a particular category is used by a registered person for making an outward taxable supply of the same category of goods or services or both or as part of a taxable composite or mixed supply; and

(iv) travel benefits extended to employees on vacation such as leave or home travel concession;

(c) works contract services when supplied for construction of an immovable property (other than plant and machinery) except where it is an input service for further supply of works contract service;

(d) goods or services or both received by a taxable person for construction of an immovable property (other than plant or machinery) on his own account including when such goods or services or both are used in the course or furtherance of business. Explanation.—For the purposes of clauses (c) and (d), the expression "construction" includes re-construction, renovation, additions or alterations or repairs, to the extent of capitalisation, to the said immovable property;

(e) goods or services or both on which tax has been paid under section 10;

(f) goods or services or both received by a non-resident taxable person except on goods imported by him;

(g) goods or services or both used for personal consumption;

(h) goods lost, stolen, destroyed, written off or disposed of by way of gift or free samples; and

(i) any tax paid in accordance with the provisions of sections 74, 129 and 130.

(6) The Government may prescribe the manner in which the credit referred to in sub-sections (1) and (2) may be attributed.

Explanation – For the purposes of this Chapter and Chapter VI, the expression "plant and machinery" means apparatus, equipment, and machinery fixed to earth by foundation or structural support that are used for making outward supply of goods or services or both and includes such foundation and structural supports but excludes -

land, building or any other civil structures;

telecommunication towers; and

pipelines laid outside the factory premises.

Section 19

Taking input tax credit in respect of inputs and capital goods sent for job work

19. (1) The principal shall, subject to such conditions and restrictions as may be prescribed, be allowed input tax credit on inputs sent to a job worker for job work.

(2) Notwithstanding anything contained in clause (b) of sub-section (2) of section 16, the principal shall be entitled to take credit of input tax on inputs even if the inputs are directly sent to a job worker for job work without being first brought to his place of business.

(3) Where the inputs sent for job work are not received back by the principal after completion of job work or otherwise or are not supplied from the place of business of the job worker in accordance with clause (a) or clause (b) of sub-section (1) of section 143 within one year of being sent out, it shall be deemed that such inputs had been supplied by the principal to the job worker on the day when the said inputs were sent out:

Provided that where the inputs are sent directly to a job worker, the period of one year shall be counted from the date of receipt of inputs by the job worker.

(4) The principal shall, subject to such conditions and restrictions as may be prescribed, be allowed input tax credit on capital goods sent to a job worker for job work.

(5) Notwithstanding anything contained in clause (b) of sub-section (2) of section 16, the principal shall be entitled to take credit of input tax on capital goods even if the capital goods are directly sent to a job worker for job work without being first brought to his place of business.

(6) Where the capital goods sent for job work are not received back by the principal within a period of three years of being sent out, it shall be deemed that such capital goods had been supplied by the principal to the

job worker on the day when the said capital goods were sent out:

Provided that where the capital goods are sent directly to a job worker, the period of three years shall be counted from the date of receipt of capital goods by the job worker.

(7) Nothing contained in sub-section (3) or sub-section (6) shall apply to moulds and dies, jigs and fixtures, or tools sent out to a job worker for job work.

Explanation – For the purpose of this section, "principal" means the person referred to in section 143.

Section 22

Persons liable for registration.

22. (1) Every supplier shall be liable to be registered under this Act in the State or Union territory, other than special category States, from where he makes a taxable supply of goods or services or both, if his aggregate turnover in a financial year exceeds twenty lakh rupees :

Provided that where such person makes taxable supplies of goods or services or both from any of the special category States, he shall be liable to be registered if his aggregate turnover in a financial year exceeds ten lakh rupees.

(2) Every person who, on the day immediately preceding the appointed day, is registered or holds a licence under an existing law, shall be liable to be registered under this Act with effect from the appointed day.

(3) Where a business carried on by a taxable person registered under this Act is transferred, whether on account of succession or otherwise, to another person as a going concern, the transferee or the successor, as the case may be, shall be liable to be registered with effect from the date of such transfer or succession.

(4) Notwithstanding anything contained in sub-sections (1) and (3), in a case of transfer pursuant to sanction of a scheme or an arrangement for amalgamation or, as the case may be, demerger of two or more companies pursuant to an order of a High Court, Tribunalor otherwise, the transferee shall be liable to be registered, with effect from the date on which the Registrar of Companies issues a certificate of incorporation giving effect to such order of the High Court or Tribunal.

Explanation – For the purposes of this section, –

the expression "aggregate turnover" shall include all supplies made by the taxable person, whether on his own account or made on behalf of all his principals;

(ii) the supply of goods, after completion of job work, by a registered job worker shall be treated as the supply of goods by the principal referred to in section 143, and the value of such goods shall not be included in the aggregate turnover of the registered job worker ;

(iii) the expression "special category States" shall mean the States as specified in sub-clause (g) of clause (4) of article 279A of the Constitution.

Section 23
Persons not liable for registration.

23. (1) The following persons shall not be liable to registration, namely :–

(a) any person engaged exclusively in the business of supplying goods or services or both that are not liable to tax or wholly exempt from tax under this Act or under the Integrated Goods and Services Tax Act;

(b) an agriculturist, to the extent of supply of produce out of cultivation of land.

(2) The Government may, on the recommendations of the Council, by notification, specify the category of persons who may be exempted from obtaining registration under this Act.

Section 24
Compulsory registration in certain cases.

24. Notwithstanding anything contained in sub-section (1) of section 22, the following categories of persons shall be required to be registered under this Act,–

(i) persons making any inter-State taxable supply;

(ii) casual taxable persons making taxable supply;

(iii) persons who are required to pay tax under reverse charge;

(iv) person who are required to pay tax under sub-section (5) of section 9;

(v) non-resident taxable persons making taxable supply;

(vi) persons who are required to deduct tax under section 51, whether or not separately registered under this Act;

(vii) persons who make taxable supply of goods or services or both on behalf of other taxable persons whether as an agent or otherwise;

(viii) Input Service Distributor, whether or not separately registered under this Act;

(ix) persons who supply goods or services or both, other than supplies specified under sub-section (5) of section 9, through such electronic commerce operator who is required to collect tax at source under section 52;

(x) every electronic commerce operator;

(xi) every person supplying online information and database access or retrieval services from a place outside India to a person in India, other than a registered person; and (xii) such other person or class of persons as may be notified by the Government on the recommendations of the Council.

Section 25
Procedure for registration

25. (1) Every person who is liable to be registered under section 22 or section 24 shall apply for registration in every such State or Union territory in which he is so liable within thirty days from the date on which he becomes liable to registration, in such manner and subject to such conditions as may be prescribed:

Provided that a casual taxable person or a non-resident taxable person shall apply for registration at least five days prior to the commencement of business.

Explanation :- Every person who makes a supply from the territorial waters of India shall obtain registration in the coastal State or Union territory where the nearest point of the appropriate baseline is located.

(2) A person seeking registration under this Act shall be granted a single registration in a State or Union territory:

Provided that a person having multiple business verticals in a State or Union territory may be granted a separate registration for each business vertical, subject to such conditions as may be prescribed.

(3) A person, though not liable to be registered under section 22 or section 24 may get himself registered voluntarily, and all provisions of this Act, as are applicable to a registered person, shall apply to such person.

(4) A person who has obtained or is required to obtain more than one registration, whether in one State or Union territory or more than one State or Union territory shall, in respect of each such registration, be treated as distinct persons for the purposes of this Act.

(5) Where a person who has obtained or is required to obtain registration in a State or Union territory in respect of an establishment, has an establishment in another State or Union territory, then such establishments shall be treated as establishments of distinct persons for the purposes of this Act.

(6) Every person shall have a Permanent Account Number issued under the Income tax Act, 1961 in order to be eligible for grant of registration: Provided that a person required to deduct tax under section 51 may have, in lieu of a Permanent Account Number, a Tax Deduction and Collection Account Number issued under the said Act in order to be eligible for grant of registration.

(7) Notwithstanding anything contained in sub-section (6), a non-resident taxable person may be granted registration under sub-section (1) on the basis of such other documents as may be prescribed.

(8) Where a person who is liable to be registered under this Act fails to obtain registration, the proper officer may, without prejudice to any action which

may be taken under this Act or under any other law for the time being in force, proceed to register such person in such manner as may be prescribed.

(9) Notwithstanding anything contained in sub-section (1),—

(a) any specialised agency of the United Nations Organisation or any Multilateral Financial Institution and Organisation notified under the United Nations (Privileges and Immunities) Act, 1947, Consulate or Embassy of foreign countries; and

(b) any other person or class of persons, as may be notified by the Commissioner, shall be granted a Unique Identity Number in such manner and for such purposes, including refund of taxes on the notified supplies of goods or services or both received by them, as may be prescribed.

(10) The registration or the Unique Identity Number shall be granted or rejected after due verification in such manner and within such period as may be prescribed.

(11) A certificate of registration shall be issued in such form and with effect from such date as may be prescribed.

(12) A registration or a Unique Identity Number shall be deemed to have been granted after the expiry of the period prescribed under sub-section (10), if no deficiency has been communicated to the applicant within that period.

Section 27

Special provisions relating to casual taxable person and non-resident taxable person.

27. (1) The certificate of registration issued to a casual taxable person or a nonresident taxable person shall be valid for the period specified in the application for registration or ninety days from the effective date of registration, whichever is earlier and such person shall make taxable supplies only after the issuance of the certificate of registration:

Provided that the proper officer may, on sufficient cause being shown by the said taxable person, extend the said period of ninety days by a further period not exceeding ninety days.

(2) A casual taxable person or a non-resident taxable person shall, at the time of submission of application for registration under sub-section (1) of section 25, make an advance deposit of tax in an amount equivalent to the estimated tax liability of such person for the period for which the registration is sought:

Provided that where any extension of time is sought under sub-section (1), such taxable person shall deposit an additional amount of tax equivalent to the estimated tax liability of such person for the period for which the extension is sought.

(3) The amount deposited under sub-section (2) shall be credited to the electronic cash ledger of such person and shall be utilised in the manner provided under section 49.

Section 31
Tax Invoice

31. (1) A registered person supplying taxable goods shall, before or at the time of, -

(a) removal of goods for supply to the recipient, where the supply involves movement of goods; or

(b) delivery of goods or making available thereof to the recipient, in any other case,

issue a tax invoice showing the description, quantity and value of goods, the tax charged thereon and such other particulars as may be prescribed:

Provided that the Government may, on the recommendations of the Council, by notification, specify the categories of goods or supplies in respect of which a tax invoice shall be issued, within such time and in such manner as may be prescribed.

(2) A registered person supplying taxable services shall, before or after the provision of service but within a prescribed period, issue a tax invoice, showing the description, value, tax charged thereon and such other particulars as may be prescribed :

Provided that the Government may, on the recommendations of the Council, by notification and subject to such conditions as may be mentioned therein, specify the categories of services in respect of which –

(a) any other document issued in relation to the supply shall be deemed to be a tax invoice; or

(b) tax invoice may not be issued.

(3) Notwithstanding anything contained in sub-sections (1) and (2) –

(a) a registered person may, within one month from the date of issuance of certificate of registration and in such manner as may be prescribed, issue a revised invoice against the invoice already issued during the period beginning with the effective date of registration till the date of issuance of certificate of registration to him;

(b) a registered person may not issue a tax invoice if the value of the goods or services or both supplied is less than two hundred rupees subject to such conditions and in such manner as may be prescribed;

(c) a registered person supplying exempted goods or services or both or paying tax under the provisions of section 10 shall issue, instead of a tax invoice, a bill of supply containing such particulars and in such manner as may be prescribed:

Provided that the registered person may not issue a bill of supply if the value of the goods or services or both supplied is less than two hundred rupees subject to such conditions and in such manner as may be prescribed;

(d) a registered person shall, on receipt of advance payment with respect to any supply of goods or services or both, issue a receipt voucher or any other document, containing such particulars as may be prescribed, evidencing receipt of such payment;

(e) where, on receipt of advance payment with respect to any supply of goods or services or both the registered person issues a receipt voucher, but subsequently no supply is made and no tax invoice is issued in pursuance thereof, the said registered person may issue to the person who had made the payment, a refund voucher against such payment;

(f) a registered person who is liable to pay tax under sub-section (3) or sub-section (4) of section 9 shall issue an invoice in respect of goods or services or both received by him from the supplier who is not registered on the date of receipt of goods or services or both;

(g) a registered person who is liable to pay tax under sub-section (3) or sub-section (4) of section 9 shall issue a payment voucher at the time of making payment to the supplier.

(4) In case of continuous supply of goods, where successive statements of accounts or successive payments are involved, the invoice shall be issued before or at the time each such statement is issued or, as the case may be, each such payment is received.

(5) Subject to the provisions of clause (d) of sub-section (3), in case of continuous supply of services, –

(a) where the due date of payment is ascertainable from the contract, the invoice shall be issued on or before the due date of payment;

(b) where the due date of payment is not ascertainable from the contract, the invoice shall be issued before or at the time when the supplier of service receives the payment;

(c) where the payment is linked to the completion of an event, the invoice shall be issued on or before the date of completion of that event.

(6) In a case where the supply of services ceases under a contract before the completion of the supply, the invoice shall be issued at the time when the supply ceases and such invoice shall be issued to the extent of the supply made before such cessation.

(7) Notwithstanding anything contained in sub-section (1), where the goods being sent or taken on approval for sale or return are removed before the supply takes place, the invoice shall be issued before or at the time of supply or six months from the date of removal, whichever is earlier.

Explanation :– For the purposes of this section, the expression “tax invoice” shall include any revised invoice issued by the supplier in respect of a supply made earlier.

Section 33
Amount of tax to be indicated in tax invoice and other documents

33. Notwithstanding anything contained in this Act or any other law for the time being in force, where any supply is made for a consideration, every person who is liable to pay tax for such supply shall prominently indicate in all documents relating to assessment, tax invoice and other like documents, the amount of tax which shall form part of the price at which such supply is made.

Section 37
Furnishing details of outward supplies

37. (1) Every registered person, other than an Input Service Distributor, a non-resident taxable person and a person paying tax under the provisions of section 10 or section 51 or section 52, shall furnish, electronically, in such form and manner as may be prescribed, the details of outward supplies of goods or services or both effected during a tax period on or before the tenth day of the month succeeding the said tax period and such details shall be communicated to the recipient of the said supplies within such time and in such manner as may be prescribed: Provided that the registered person shall not be allowed to furnish the details of outward supplies during the period from the eleventh day to the fifteenth day of the month succeeding the tax period:

Provided further that the Commissioner may, for reasons to be recorded in writing, by notification, extend the time limit for furnishing such details for such class of taxable persons as may be specified therein:

Provided also that any extension of time limit notified by the Commissioner of State tax or Commissioner of Union territory tax shall be deemed to be notified by the Commissioner.

(2) Every registered person who has been communicated the details under sub-section (3) of section 38 or the details pertaining to inward supplies of Input Service Distributor under sub-section (4) of section 38, shall either accept or reject the details so communicated, on or before the seventeenth day, but not before the fifteenth day, of the month succeeding the tax period and the details furnished by him under sub-section (1) shall stand amended accordingly.

(3) Any registered person, who has furnished the details under sub-section (1) for any tax period and which have remained unmatched under section 42 or section 43, shall, upon discovery of any error or omission therein, rectify such error or omission in such manner as may be prescribed, and shall pay the tax and interest, if any, in case there is a short payment of tax on account of such error or omission, in the return to be furnished for such tax period:

Provided that no rectification of error or omission in respect of the details furnished under sub-section (1) shall be allowed after furnishing of the return under section 39 for the month of September following the end of the financial year to which such details pertain, or furnishing of the relevant annual return, whichever is earlier.

Explanation – For the purposes of this Chapter, the expression "details of outward supplies" shall include details of invoices, debit notes, credit notes and revised invoices issued in relation to outward supplies made during any tax period.

Section 38
Furnishing details of inward supplies

(1) Every registered person, other than an Input Service Distributor or a non-resident taxable person or a person paying tax under the provisions of section 10 or section 51 or section 52, shall verify, validate, modify or delete, if required, the details relating to outward supplies and credit or debit notes communicated under sub-section (1) of section 37 to prepare the details of his inward supplies and credit or debit notes and may include therein, the details of inward supplies and credit or debit notes received by him in respect of such supplies that have not been declared by the supplier under sub-section (1) of section 37.

(2) Every registered person, other than an Input Service Distributor or a non-resident taxable person or a person paying tax under the provisions of section 10 or section 51 or section 52, shall furnish, electronically, the details of inward supplies of taxable goods or services or both, including inward supplies of goods or services or both on which the tax is payable on reverse charge basis under this Act and inward supplies of goods or services or both taxable under the Integrated Goods and Services Tax Act or on which integrated goods and services tax is payable under section 3 of the Customs Tariff Act, 1975, and credit or debit notes received in respect of such supplies during a tax period after the tenth day but on or before the fifteenth day of the month succeeding the tax period in such form and manner as may be prescribed:

Provided that the Commissioner may, for reasons to be recorded in writing, by notification, extend the time limit for furnishing such details for such class of taxable persons as may be specified therein:

Provided further that any extension of time limit notified by the Commissioner of State tax or Commissioner of Union territory tax shall be deemed to be notified by the Commissioner.

(3) The details of supplies modified, deleted or included by the recipient and furnished under sub-section (2) shall be communicated to the supplier concerned in such manner and within such time as may be prescribed.

(4) The details of supplies modified, deleted or included by the recipient in the return furnished under sub-section (2) or sub-section

(4) of section 39 shall be communicated to the supplier concerned in such manner and within such time as may be prescribed.

(5) Any registered person, who has furnished the details under sub-section (2) for any tax period and which have remained unmatched under section 42 or section 43, shall, upon discovery of any error or omission therein, rectify such error or omission in the tax period during which such error or omission is noticed in such manner as may be prescribed, and shall pay the tax and interest, if any, in case there is a short payment of tax on account of such error or omission, in the return to be furnished for such tax period:

Provided that no rectification of error or omission in respect of the details furnished under sub-section (2) shall be allowed after furnishing of the return under section 39 for the month of September following the end of the financial year to which such details pertain, or furnishing of the relevant annual return, whichever is earlier.

Section 39
Furnishing of returns

39. (1) Every registered person, other than an Input Service Distributor or a non-resident taxable person or a person paying tax under the provisions of section 10 or section 51 or section 52 shall, for every calendar month or part thereof, furnish, in such form and manner as may be prescribed, a return, electronically, of inward and outward supplies of goods or services or both, input tax credit availed, tax payable, tax paid and such other particulars as may be prescribed, on or before the twentieth day of the month succeeding such calendar month or part thereof.

(2) A registered person paying tax under the provisions of section 10 shall, for each quarter or part thereof, furnish, in such form and manner as may be prescribed, a return, electronically, of turnover in the State or Union territory, inward supplies of goods or services or both, tax payable and tax paid within eighteen days after the end of such quarter.

(3) Every registered person required to deduct tax at source under the provisions of section 51 shall furnish, in such form and manner as may be prescribed, a return, electronically, for the month in which such deductions have been made within ten days after the end of such month.

(4) Every taxable person registered as an Input Service Distributor shall, for every calendar month or part thereof, furnish, in such form and manner as may be prescribed, a return, electronically, within thirteen days after the end of such month.

(5) Every registered non-resident taxable person shall, for every calendar month or part thereof, furnish, in such form and manner as may be prescribed, a return, electronically, within twenty days after the end of a calendar month or within seven days after the last day of the period of registration specified under sub-section (1) of section 27, whichever is earlier.

(6) The Commissioner may, for reasons to be recorded in writing, by notification, extend the time limit for furnishing the returns under this section for such class of registered persons as may be specified therein:

Provided that any extension of time limit notified by the Commissioner of State tax or Union territory tax shall be deemed to be notified by the Commissioner.

(7) Every registered person, who is required to furnish a return under sub-section (1) or sub-section (2) or sub-section (3) or sub-section (5), shall pay to the Government the tax due as per such return not later than the last date on which he is required to furnish such return.

(8) Every registered person who is required to furnish a return under sub-section (1) or sub-section (2) shall furnish a return for every tax period whether or not any supplies of goods or services or both have been made during such tax period.

(9) Subject to the provisions of sections 37 and 38, if any registered person after furnishing a return under sub-section (1) or sub-section (2) or sub-section (3) or sub-section (4) or sub-section (5) discovers any omission or incorrect particulars therein, other than as a result of scrutiny, audit, inspection or enforcement activity by the tax authorities, he shall rectify such omission or incorrect particulars in the return to be furnished for the month or quarter during which such omission or incorrect particulars are noticed, subject to payment of interest under this Act:

Provided that no such rectification of any omission or incorrect particulars shall be allowed after the due date for furnishing of return for the month of September or second quarter following the end of the financial year, or the actual date of furnishing of relevant annual return, whichever is earlier.

(10) A registered person shall not be allowed to furnish a return for a tax period if the return for any of the previous tax periods has not been furnished by him.

Section 44
Annual Return

44. (1) Every registered person, other than an Input Service Distributor, a person paying tax under section 51 or section 52, a casual taxable person and a non-resident taxable person, shall furnish an annual return for every financial year electronically in such form and manner as may be prescribed on or before the thirty-first day of December following the end of such financial year.

(2) Every registered person who is required to get his accounts audited in accordance with the provisions of sub-section (5) of section 35 shall furnish, electronically, the annual return under sub-section (1) along with a copy of the audited annual accounts and a reconciliation statement, reconciling the value of supplies declared in the return furnished for the financial year with the audited annual financial statement, and such other particulars as may be prescribed.

Section 49
Payment of tax, interest, penalty and other amounts

49. (1) Every deposit made towards tax, interest, penalty, fee or any other amount by a person by internet banking or by using credit or debit cards or National Electronic Fund Transfer or Real Time Gross Settlement or by such other mode and subject to such conditions and restrictions as may be prescribed, shall be credited to the electronic cash ledger of such person to be maintained in such manner as may be prescribed.

(2) The input tax credit as self-assessed in the return of a registered person shall be credited to his electronic credit ledger, in accordance with section 41, to be maintained in such manner as may be prescribed.

(3) The amount available in the electronic cash ledger may be used for making any payment towards tax, interest, penalty, fees or any other amount payable under the provisions of this Act or the rules made thereunder in such manner and subject to such conditions and within such time as may be prescribed.

(4) The amount available in the electronic credit ledger may be used for making any payment towards output tax under this Act or under the Integrated Goods and Services Tax Act in such manner and subject to such conditions and within such time as may be prescribed.

(5) The amount of input tax credit available in the electronic credit ledger of the registered person on account of –

(a) integrated tax shall first be utilised towards payment of integrated tax and the amount remaining, if any, may be utilised towards the payment of central tax and State tax, or as the case may be, Union territory tax, in that order ;

(b) the central tax shall first be utilised towards payment of central tax and the amount remaining, if any, may be utilised towards the payment of integrated tax;

(c) the State tax shall first be utilised towards payment of State tax and the amount remaining, if any, may be utilised towards payment of integrated tax;

(d) the Union territory tax shall first be utilised towards payment of Union territory tax and the amount remaining, if any, may be utilised towards payment of integrated tax;

(e) the central tax shall not be utilised towards payment of State tax or Union territory tax; and

(f) the State tax or Union territory tax shall not be utilised towards payment of central tax.

(6) The balance in the electronic cash ledger or electronic credit ledger after payment of tax, interest, penalty, fee or any other amount payable under this Act or the rules made thereunder may be refunded in accordance with the provisions of section 54.

(7) All liabilities of a taxable person under this Act shall be recorded and maintained in an electronic liability register in such manner as may be prescribed.

(8) Every taxable person shall discharge his tax and other dues under this Act or the rules made thereunder in the following order, namely:–

(a) self-assessed tax, and other dues related to returns of previous tax periods;

(b) self-assessed tax, and other dues related to the return of the current tax period;

(c) any other amount payable under this Act or the rules made thereunder including the demand determined under section 73 or section 74.

(9) Every person who has paid the tax on goods or services or both under this Act shall, unless the contrary is proved by him, be deemed to have passed on the full incidence of such tax to the recipient of such goods or services or both.

Explanation – For the purposes of this section,

(a) the date of credit to the account of the Government in the authorised bank shall be deemed to be the date of deposit in the electronic cash ledger;

(b) the expression, -

(i) "tax dues" means the tax payable under this Act and does not include interest, fee and penalty; and

(ii) "other dues" means interest, penalty, fee or any other amount payable under this Act or the rules made thereunder.

Section 143
Job work procedure

(1) A registered person (hereafter in this section referred to as the "principal") may under intimation and subject to such conditions as may be prescribed, send any inputs or capital goods, without payment of tax, to a job worker for job work and from there subsequently send to another job worker and likewise, and shall, –

(a) bring back inputs, after completion of job work or otherwise, or capital goods, other than moulds and dies, jigs and fixtures, or tools, within one year and three years, respectively, of their being sent out, to any of his place of business, without payment of tax;

(b) supply such inputs, after completion of job work or otherwise, or capital goods, other than moulds and dies, jigs and fixtures, or tools, within one year and three years, respectively, of their being sent out from the place of business of a job worker on payment of tax within India, or with or without payment of tax for export, as the case may be:

Provided that the principal shall not supply the goods from the place of business of a job worker in accordance with the provisions of this clause unless the said principal declares the place of business of the job worker as his additional place of business except in a case -

where the job worker is registered under section 25; or

where the principal is engaged in the supply of such goods as may be notified by the Commissioner.

(2) The responsibility for keeping proper accounts for the inputs or capital goods shall lie with the principal.

(3) Where the inputs sent for job work are not received back by the principal after completion of job work or otherwise in accordance with the provisions of clause (a) of sub-section (1) or are not supplied from the place of business of the job worker in accordance with the provisions of clause (b) of sub-section (1) within a period of one year of their being sent out, it shall be deemed that such inputs had been supplied by the principal to the job worker on the day when the said inputs were sent out.

(4) Where the capital goods, other than moulds and dies, jigs and fixtures, or tools, sent for job work are not received back by the principal in accordance with the provisions of clause (a) of sub-section (1) or are not supplied from the place of business of the job worker in accordance with the provisions of clause (b) of sub-section (1) within a period of three years of their being sent out, it shall be deemed that such capital goods had been supplied by the principal to the job worker on the day when the said capital goods were sent out.

(5) Notwithstanding anything contained in sub-sections (1) and (2), any waste and scrap generated during the job work may be supplied by the job worker directly from his place of business on payment of tax, if such job worker is registered, or by the principal, if the job worker is not registered.

Explanation :– For the purposes of job work, input includes intermediate goods arising from any treatment or process carried out on the inputs by the principal or the job worker.

TRANSITIONAL PROVISIONS

Section 139
Migration of existing taxpayers

(1) On and from the appointed day, every person registered under any of the existing laws and having a valid Permanent Account Number shall be issued a certificate of registration on provisional basis, subject to such conditions and in such form and manner as may be prescribed, which unless replaced by a final certificate of registration under sub-section (2), shall be liable to be cancelled if the conditions so prescribed are not complied with.

(2) The final certificate of registration shall be granted in such form and manner and subject to such conditions as may be prescribed.

(3) The certificate of registration issued to a person under sub-section (1) shall be deemed to have not been issued if the said registration is cancelled in pursuance of an application filed by such person that he was not liable to registration under section 22 or section 24.

Section 140
Transitional arrangements for input tax credit

140. (1) A registered person, other than a person opting to pay tax under section 10, shall be entitled to take, in his electronic credit ledger, the amount of CENVAT credit carried forward in the return relating to the period ending with the day immediately preceding the appointed day, furnished by him under the existing law in such manner as may be prescribed:

Provided that the registered person shall not be allowed to take credit in the following circumstances, namely:—

where the said amount of credit is not admissible as input tax credit under this Act; or

where he has not furnished all the returns required under the existing law for the period of six months immediately preceding the appointed date; or

where the said amount of credit relates to goods manufactured and cleared under such exemption notifications as are notified by the Government.

(2) A registered person, other than a person opting to pay tax under section 10, shall be entitled to take, in his electronic credit ledger, credit of the unavailed CENVAT credit in respect of capital goods, not carried forward in a return,

furnished under the existing law by him, for the period ending with the day immediately preceding the appointed day in such manner as may be prescribed:

Provided that the registered person shall not be allowed to take credit unless the said credit was admissible as CENVAT credit under the existing law and is also admissible as input tax credit under this Act.

Explanation :– For the purposes of this sub-section, the expression "unavailed CENVAT credit" means the amount that remains after subtracting the amount of CENVAT credit already availed in respect of capital goods by the taxable person under the existing law from the aggregate amount of CENVAT credit to which the said person was entitled in respect of the said capital goods under the existing law.

(3) A registered person, who was not liable to be registered under the existing law, or who was engaged in the manufacture of exempted goods or provision of exempted services, or who was providing works contract service and was availing of the benefit of notification No. 26/2012—Service Tax, dated the 20th June, 2012 or a first stage dealer or a second stage dealer or a registered importer or a depot of a manufacturer, shall be entitled to take, in his electronic credit ledger, credit of eligible duties in respect of inputs held in stock and inputs contained in semi-finished or finished goods held in stock on the appointed day subject to the following conditions, namely :–

(i) such inputs or goods are used or intended to be used for making taxable supplies under this Act;

(ii) the said registered person is eligible for input tax credit on such inputs under this Act;

(iii) the said registered person is in possession of invoice or other prescribed documents evidencing payment of duty under the existing law in respect of such inputs;

(iv) such invoices or other prescribed documents were issued not earlier than twelve months immediately preceding the appointed day; and

(v) the supplier of services is not eligible for any abatement under this Act:

Provided that where a registered person, other than a manufacturer or a supplier of services, is not in possession of an invoice or any other documents evidencing payment of duty in respect of inputs, then, such registered person shall, subject to such conditions, limitations and safeguards as may be prescribed, including that the said taxable person shall pass on the benefit of such credit by way of reduced prices to the recipient, be allowed to take credit at such rate and in such manner as may be prescribed.

(4) A registered person, who was engaged in the manufacture of taxable as well as exempted goods under the Central Excise Act, 1944 or provision of taxable as

well as exempted services under Chapter V of the Finance Act, 1994, but which are liable to tax under this Act, shall be entitled to take, in his electronic credit ledger, -

(a) the amount of CENVAT credit carried forward in a return furnished under the existing law by him in accordance with the provisions of sub-section (1); and

(b) the amount of CENVAT credit of eligible duties in respect of inputs held in stock and inputs contained in semi-finished or finished goods held in stock on the appointed day, relating to such exempted goods or services, in accordance with the provisions of sub-section (3).

(5) A registered person shall be entitled to take, in his electronic credit ledger, credit of eligible duties and taxes in respect of inputs or input services received on or after the appointed day but the duty or tax in respect of which has been paid by the supplier under the existing law, subject to the condition that the invoice or any other duty or tax paying document of the same was recorded in the books of account of such person within a period of thirty days from the appointed day:

Provided that the period of thirty days may, on sufficient cause being shown, be extended by the Commissioner for a further period not exceeding thirty days:

Provided further that said registered person shall furnish a statement, in such manner as may be prescribed, in respect of credit that has been taken under this sub-section.

(6) A registered person, who was either paying tax at a fixed rate or paying a fixed amount in lieu of the tax payable under the existing law shall be entitled to take, in his electronic credit ledger, credit of eligible duties in respect of inputs held in stock and inputs contained in semi-finished or finished goods held in stock on the appointed day subject to the following conditions, namely:—

(i) such inputs or goods are used or intended to be used for making taxable supplies under this Act;

(ii) the said registered person is not paying tax under section 10;

(iii) the said registered person is eligible for input tax credit on such inputs under this Act;

(iv) the said registered person is in possession of invoice or other prescribed documents evidencing payment of duty under the existing law in respect of inputs; and

(v) such invoices or other prescribed documents were issued not earlier than twelve months immediately preceding the appointed day.

(7) Notwithstanding anything to the contrary contained in this Act, the input tax credit on account of any services received prior to the appointed day by an Input Service Distributor shall be eligible for distribution as credit under this Act even if the invoices relating to such services are received on or after the appointed day.

(8) Where a registered person having centralised registration under the existing law has obtained a registration under this Act, such person shall be allowed to take, in his electronic credit ledger, credit of the amount of CENVAT credit carried forward in a return, furnished under the existing law by him, in respect of the period ending with the day immediately preceding the appointed day in such manner as may be prescribed:

Provided that if the registered person furnishes his return for the period ending with the day immediately preceding the appointed day within three months of the appointed day, such credit shall be allowed subject to the condition that the said return is either an original return or a revised return where the credit has been reduced from that claimed earlier:

Provided further that the registered person shall not be allowed to take credit unless the said amount is admissible as input tax credit under this Act: Provided also that such credit may be transferred to any of the registered persons having the same Permanent Account Number for which the centralised registration was obtained under the existing law.

(9) Where any CENVAT credit availed for the input services provided under the existing law has been reversed due to non-payment of the consideration within a period of three months, such credit can be reclaimed subject to the condition that the registered person has made the payment of the consideration for that supply of services within a period of three months from the appointed day.

(10) The amount of credit under sub-sections (3), (4) and (6) shall be calculated in such manner as may be prescribed.

Explanation 1 :- For the purposes of sub-sections (3), (4) and (6), the expression "eligible duties" means –

(i) the additional duty of excise leviable under section 3 of the Additional Duties of Excise (Goods of Special Importance) Act, 1957;

(ii) the additional duty leviable under sub-section (1) of section 3 of the Customs Tariff Act, 1975;

(iii) the additional duty leviable under sub-section (5) of section 3 of the Customs Tariff Act, 1975;

(iv) the additional duty of excise leviable under section 3 of the Additional Duties of Excise (Textile and Textile Articles) Act, 1978;

(v) the duty of excise specified in the First Schedule to the Central Excise Tariff Act, 1985;

(vi) the duty of excise specified in the Second Schedule to the Central Excise Tariff Act, 1985; and

(vii) the National Calamity Contingent Duty leviable under section 136 of the Finance Act, 2001, in respect of inputs held in stock and inputs contained in semi-finished or finished goods held in stock on the appointed day.

Explanation 2 :- For the purposes of sub-section (5), the expression "eligible duties and taxes" means –

(i) the additional duty of excise leviable under section 3 of the Additional Duties of Excise (Goods of Special Importance) Act, 1957;

(ii) the additional duty leviable under sub-section (1) of section 3 of the Customs Tariff Act, 1975;

(iii) the additional duty leviable under sub-section (5) of section 3 of the Customs Tariff Act, 1975;

(iv) the additional duty of excise leviable under section 3 of the Additional Duties of Excise (Textile and Textile Articles) Act, 1978;

(v) the duty of excise specified in the First Schedule to the Central Excise Tariff Act, 1985;

(vi) the duty of excise specified in the Second Schedule to the Central Excise Tariff Act, 1985; (

vii) the National Calamity Contingent Duty leviable under section 136 of the Finance Act, 2001; and

(viii) the service tax leviable under section 66B of the Finance Act, 1994, in respect of inputs and input services received on or after the appointed day.

Section 141

Transitional provisions relating to job work

141. (1) Where any inputs received at a place of business had been removed as such or removed after being partially processed to a job worker for further processing, testing, repair, reconditioning or any other purpose in accordance with the provisions of existing law prior to the appointed day and such inputs are returned to the said place on or after the appointed day, no tax shall be payable if such inputs, after completion of the job work or otherwise, are returned to the said place within six months from the appointed day:

Provided that the period of six months may, on sufficient cause being shown, be extended by the Commissioner for a further period not exceeding two months:

Provided further that if such inputs are not returned within the period specified in this sub-section, the input tax credit shall be liable to be recovered in accordance with the provisions of clause (a) of sub-section (8) of section 142.

(2) Where any semi-finished goods had been removed from the place of business to any other premises for carrying out certain manufacturing processes in accordance with the provisions of existing law prior to the appointed day and such goods (hereafter in this section referred to as "the said goods") are returned to the said place on or after the appointed day, no tax shall be payable, if the said goods, after undergoing manufacturing processes or otherwise, are returned to the said place within six months from the appointed day:

Provided that the period of six months may, on sufficient cause being shown, be extended by the Commissioner for a further period not exceeding two months:

Provided further that if the said goods are not returned within the period specified in this sub-section, the input tax credit shall be liable to be recovered in accordance with the provisions of clause (a) of sub-section (8) of section 142:

Provided also that the manufacturer may, in accordance with the provisions of the existing law, transfer the said goods to the premises of any registered person for the purpose of supplying therefrom on payment of tax in India or without payment of tax for exports within the period specified in this sub-section.

(3) Where any excisable goods manufactured at a place of business had been removed without payment of duty for carrying out tests or any other process not amounting to manufacture, to any other premises, whether registered or not, in accordance with the provisions of existing law prior to the appointed day and such goods, are returned to the said place on or after the appointed day, no tax shall be payable if the said goods, after undergoing tests or any other process, are returned to the said place within six months from the appointed day:

Provided that the period of six months may, on sufficient cause being shown, be extended by the Commissioner for a further period not exceeding two months:

Provided further that if the said goods are not returned within the period specified in this sub-section, the input tax credit shall be liable to be recovered in accordance with the provisions of clause (a) of sub-section (8) of section 142:

Provided also that the manufacturer may, in accordance with the provisions of the existing law, transfer the said goods from the said other premises on payment of tax in India or without payment of tax for exports within the period specified in this sub-section.

(4) The tax under sub-sections (1), (2) and (3) shall not be payable, only if the manufacturer and the job worker declare the details of the inputs or goods held in stock by the job worker on behalf of the manufacturer on the appointed day in such form and manner and within such time as may be prescribed.

Section 142
Miscellaneous transitional provisions

142 (1) Where any goods on which duty, if any, had been paid under the existing law at the time of removal thereof, not being earlier than six months prior to the appointed day, are returned to any place of business on or after the appointed day, the registered person shall be eligible for refund of the duty paid under the existing law where such goods are returned by a person, other than a registered person, to the said place of business within a period of six months from the appointed day and such goods are identifiable to the satisfaction of the proper officer:

Provided that if the said goods are returned by a registered person, the return of such goods shall be deemed to be a supply.

(2) (a) where, in pursuance of a contract entered into prior to the appointed day, the price of any goods or services or both is revised upwards on or after the appointed day, the registered person who had removed or provided such goods or services or both shall issue to the recipient a supplementary invoice or debit note, containing such particulars as may be prescribed, within thirty days of such price revision and for the purposes of this Act such supplementary invoice or debit note shall be deemed to have been issued in respect of an outward supply made under this Act;

(b) where, in pursuance of a contract entered into prior to the appointed day, the price of any goods or services or both is revised downwards on or after the appointed day, the registered person who had removed or provided such goods or services or both may issue to the recipient a credit note, containing such particulars as may be prescribed, within thirty days of such price revision and for the purposes of this Act such credit note shall be deemed to have been issued in respect of an outward supply made under this Act:

Provided that the registered person shall be allowed to reduce his tax liability on account of issue of the credit note only if the recipient of the credit note has reduced his input tax credit corresponding to such reduction of tax liability.

(3) Every claim for refund filed by any person before, on or after the appointed day, for refund of any amount of CENVAT credit, duty, tax, interest or any other amount paid under the existing law, shall be disposed of in accordance with the provisions of existing law and any amount eventually accruing to him shall be paid in cash, notwithstanding anything to the contrary contained under the provisions of existing law other than the provisions of sub-section (2) of section 11B of the Central Excise Act, 1944:

Provided that where any claim for refund of CENVAT credit is fully or partially rejected, the amount so rejected shall lapse:

Provided further that no refund shall be allowed of any amount of CENVAT credit where the balance of the said amount as on the appointed day has been carried forward under this Act.

(4) Every claim for refund filed after the appointed day for refund of any duty or tax paid under existing law in respect of the goods or services exported before or after the appointed day, shall be disposed of in accordance with the provisions of the existing law:

Provided that where any claim for refund of CENVAT credit is fully or partially rejected, the amount so rejected shall lapse:

Provided further that no refund shall be allowed of any amount of CENVAT credit where the balance of the said amount as on the appointed day has been carried forward under this Act.

(5) Every claim filed by a person after the appointed day for refund of tax paid under the existing law in respect of services not provided shall be disposed of in accordance with the provisions of existing law and any amount eventually accruing to him shall be paid in cash, notwithstanding anything to the contrary contained under the provisions of existing law other than the provisions of sub-section (2) of section 11B of the Central Excise Act, 1944.

(6) (a) every proceeding of appeal, review or reference relating to a claim for CENVAT credit initiated whether before, on or after the appointed day under the existing law shall be disposed of in accordance with the provisions of existing law, and any amount of credit found to be admissible to the claimant shall be refunded to him in cash, notwithstanding anything to the contrary contained under the provisions of existing law other than the provisions of sub-section (2) of section 11B of the Central Excise Act, 1944 and the amount rejected, if any, shall not be admissible as input tax credit under this Act:

Provided that no refund shall be allowed of any amount of CENVAT credit where the balance of the said amount as on the appointed day has been carried forward under this Act;

(b) every proceeding of appeal, review or reference relating to recovery of CENVAT credit initiated whether before, on or after the appointed day under the existing law shall be disposed of in accordance with the provisions of existing law and if any amount of credit becomes recoverable as a result of such appeal, review or reference, the same shall, unless recovered under the existing law, be recovered as an arrear of tax under this Act and the amount so recovered shall not be admissible as input tax credit under this Act.

(7) (a) every proceeding of appeal, review or reference relating to any output duty or tax liability initiated whether before, on or after the appointed day under the existing law, shall be disposed of in accordance with the provisions of the existing law, and if any amount becomes recoverable as a result of

such appeal, review or reference, the same shall, unless recovered under the existing law, be recovered as an arrear of duty or tax under this Act and the amount so recovered shall not be admissible as input tax credit under this Act.

(b) every proceeding of appeal, review or reference relating to any output duty or tax liability initiated whether before, on or after the appointed day under the existing law, shall be disposed of in accordance with the provisions of the existing law, and any amount found to be admissible to the claimant shall be refunded to him in cash, notwithstanding anything to the contrary contained under the provisions of existing law other than the provisions of sub-section (2) of section 11B of the Central Excise Act, 1944 and the amount rejected, if any, shall not be admissible as input tax credit under this Act.

(8) (a) where in pursuance of an assessment or adjudication proceedings instituted, whether before, on or after the appointed day, under the existing law, any amount of tax, interest, fine or penalty becomes recoverable from the person, the same shall, unless recovered under the existing law, be recovered as an arrear of tax under this Act and the amount so recovered shall not be admissible as input tax credit under this Act;

(b) where in pursuance of an assessment or adjudication proceedings instituted, whether before, on or after the appointed day, under the existing law, any amount of tax, interest, fine or penalty becomes refundable to the taxable person, the same shall be refunded to him in cash under the said law, notwithstanding anything to the contrary contained in the said law other than the provisions of sub-section (2) of section 11B of the Central Excise Act, 1944 and the amount rejected, if any, shall not be admissible as input tax credit under this Act.

(9) (a) where any return, furnished under the existing law, is revised after the appointed day and if, pursuant to such revision, any amount is found to be recoverable or any amount of CENVAT credit is found to be inadmissible, the same shall, unless recovered under the existing law, be recovered as an arrear of tax under this Act and the amount so recovered shall not be admissible as input tax credit under this Act;

(b) where any return, furnished under the existing law, is revised after the appointed day but within the time limit specified for such revision under the existing law and if, pursuant to such revision, any amount is found to be refundable or CENVAT credit is found to be admissible to any taxable person, the same shall be refunded to him in cash under the existing law, notwithstanding anything to the contrary contained in the said law other than the provisions of sub-section (2) of section 11B of the Central Excise Act, 1944 and the amount rejected, if any, shall not be admissible as input tax credit under this Act.

(10) Save as otherwise provided in this Chapter, the goods or services or both supplied on or after the appointed day in pursuance of a contract entered into prior to the appointed day shall be liable to tax under the provisions of this Act.

(11) (a) notwithstanding anything contained in section 12, no tax shall be payable on goods under this Act to the extent the tax was leviable on the said goods under the Value Added Tax Act of the State;

(b) notwithstanding anything contained in section 13, no tax shall be payable on services under this Act to the extent the tax was leviable on the said services under Chapter V of the Finance Act, 1994;

(c) where tax was paid on any supply both under the Value Added Tax Act and under Chapter V of the Finance Act, 1994, tax shall be leviable under this Act and the taxable person shall be entitled to take credit of value added tax or service tax paid under the existing law to the extent of supplies made after the appointed day and such credit shall be calculated in such manner as may be prescribed.

(12) Where any goods sent on approval basis, not earlier than six months before the appointed day, are rejected or not approved by the buyer and returned to the seller on or after the appointed day, no tax shall be payable thereon if such goods are returned within six months from the appointed day:

Provided that the said period of six months may, on sufficient cause being shown, be extended by the Commissioner for a further period not exceeding two months:

Provided further that the tax shall be payable by the person returning the goods if such goods are liable to tax under this Act, and are returned after a period specified in this sub-section:

Provided also that tax shall be payable by the person who has sent the goods on approval basis if such goods are liable to tax under this Act, and are not returned within a period specified in this sub-section.

(13) Where a supplier has made any sale of goods in respect of which tax was required to be deducted at source under any law of a State or Union territory relating to Value Added Tax and has also issued an invoice for the same before the appointed day, no deduction of tax at source under section 51 shall be made by the deductor under the said section where payment to the said supplier is made on or after the appointed day.

Explanation :– For the purposes of this Chapter, the expressions "capital goods", "Central Value Added Tax (CENVAT) credit", "first stage dealer", "second stage dealer", or "manufacture" shall have the same meaning as respectively assigned to them in the Central Excise Act, 1944 or the rules made thereunder.

SCHEDULE I
[See section 7]

ACTIVITIES TO BE TREATED AS SUPPLY EVEN IF MADE WITHOUT CONSIDERATION

1. Permanent transfer or disposal of business assets where input tax credit has been availed on such assets.
2. Supply of goods or services or both between related persons or between distinct persons as specified in section 25, when made in the course or furtherance of business: Provided that gifts not exceeding fifty thousand rupees in value in a financial year by an employer to an employee shall not be treated as supply of goods or services or both.
3. Supply of goods—

(a) by a principal to his agent where the agent undertakes to supply such goods on behalf of the principal; or

(b) by an agent to his principal where the agent undertakes to receive such goods on behalf of the principal.

4. Import of services by a taxable person from a related person or from any of his other establishments outside India, in the course or furtherance of business.

SCHEDULE II
[See section 7]

ACTIVITIES TO BE TREATED AS SUPPLY OF GOODS OR SUPPLY OF SERVICES

1. Transfer

(a) any transfer of the title in goods is a supply of goods;

(b) any transfer of right in goods or of undivided share in goods without the transfer of title thereof, is a supply of services;

(c) any transfer of title in goods under an agreement which stipulates that property in goods shall pass at a future date upon payment of full consideration as agreed, is a supply of goods.

2. Land and Building

(a) any lease, tenancy, easement, licence to occupy land is a supply of services;

(b) any lease or letting out of the building including a commercial, industrial or residential complex for business or commerce, either wholly or partly, is a supply of services.

3. Treatment or process

Any treatment or process which is applied to another person's goods is a supply of services.

4. Transfer of business assets

(a) where goods forming part of the assets of a business are transferred or disposed of by or under the directions of the person carrying on the business so as no longer to form part of those assets, whether or not for a consideration, such transfer or disposal is a supply of goods by the person;

(b) where, by or under the direction of a person carrying on a business, goods held or used for the purposes of the business are put to any private use or are used, or made available to any person for use, for any purpose other than a purpose of the business, whether or not for a consideration, the usage or making available of such goods is a supply of services;

(c) where any person ceases to be a taxable person, any goods forming part of the assets of any business carried on by him shall be deemed to be supplied by him in the course or furtherance of his business immediately before he ceases to be a taxable person, unless—

(i) the business is transferred as a going concern to another person; or

(ii) the business is carried on by a personal representative who is deemed to be a taxable person.

5. Supply of services The following shall be treated as supply of services, namely:—

(a) renting of immovable property;

(b) construction of a complex, building, civil structure or a part thereof, including a complex or building intended for sale to a buyer, wholly or partly, except where the entire consideration has been received after issuance of completion certificate, where required, by the competent authority or after its first occupation, whichever is earlier.

Explanation - For the purposes of this clause -

(1) the expression "competent authority" means the Government or any authority authorised to issue completion certificate under any law for the time being in force and in case of non-requirement of such certificate from such authority, from any of the following, namely : -

(i) an architect registered with the Council of Architecture constituted under the Architects Act, 1972; or

(ii) a chartered engineer registered with the Institution of Engineers (India); or

(iii) a licensed surveyor of the respective local body of the city or town or village or development or planning authority;

(2) the expression "construction" includes additions, alterations, replacements or remodelling of any existing civil structure;

(c) temporary transfer or permitting the use or enjoyment of any intellectual property right;

(d) development, design, programming, customisation, adaptation, upgradation, enhancement, implementation of information technology software;

(e) agreeing to the obligation to refrain from an act, or to tolerate an act or a situation, or to do an act; and

(f) transfer of the right to use any goods for any purpose (whether or not for a specified period) for cash, deferred payment or other valuable consideration.

6. Composite supply

The following composite supplies shall be treated as a supply of services, namely :-

(a) works contract as defined in clause (119) of section 2; and

(b) supply, by way of or as part of any service or in any other manner whatsoever, of goods, being food or any other article for human consumption or any drink (other than alcoholic liquor for human consumption), where such supply or service is for cash, deferred payment or other valuable consideration.

7. Supply of Goods

The following shall be treated as supply of goods, namely : -

Supply of goods by any unincorporated association or body of persons to a member thereof for cash, deferred payment or other valuable consideration.

SCHEDULE III
[See section 7]

ACTIVITIES OR TRANSACTIONS WHICH SHALL BE TREATED NEITHER AS A SUPPLY OF GOODS NOR A SUPPLY OF SERVICES

1. Services by an employee to the employer in the course of or in relation to his employment.
2. Services by any court or Tribunal established under any law for the time being in force.
3. (a) the functions performed by the Members of Parliament, Members of State Legislature, Members of Panchayats, Members of Municipalities and Members of other local authorities;

   (b) the duties performed by any person who holds any post in pursuance of the provisions of the Constitution in that capacity; or

   (c) the duties performed by any person as a Chairperson or a Member or a Director in a body established by the Central Government or a State Government or local authority and who is not deemed as an employee before the commencement of this clause.
4. Services of funeral, burial, crematorium or mortuary including transportation of the deceased.
5. Sale of land and, subject to clause (b) of paragraph 5 of Schedule II, sale of building.
6. Actionable claims, other than lottery, betting and gambling. Explanation.—For the purposes of paragraph 2, the term "court" includes District Court, High Court and Supreme Court.

THE INTEGRATED GOODS AND SERVICES TAX ACT, 2017
Section 2

Definition

(5) **"export of goods"** with its grammatical variations and cognate expressions, means taking goods out of India to a place outside India;

(6) **"export of services"** means the supply of any service when,—

(i) the supplier of service is located in India;

(ii) the recipient of service is located outside India;

(iii) the place of supply of service is outside India;

(iv) the payment for such service has been received by the supplier of service in convertible foreign exchange; and

(v) the supplier of service and the recipient of service are not merely establishments of a distinct person in accordance with Explanation 1 in section 8;

(10) **"import of goods"** with its grammatical variations and cognate expressions, means bringing goods into India from a place outside India;

(11) **"import of services"** means the supply of any service, where –

(i) the supplier of service is located outside India;

(ii) the recipient of service is located in India; and

(iii) the place of supply of service is in India;

(14) **"location of the recipient of services"** means, –

(a) where a supply is received at a place of business for which the registration has been obtained, the location of such place of business;

(b) where a supply is received at a place other than the place of business for which registration has been obtained (a fixed establishment elsewhere), the location of such fixed establishment;

c) where a supply is received at more than one establishment, whether the place of business or fixed establishment, the location of the establishment most directly concerned with the receipt of the supply; and (d) in absence of such places, the location of the usual place of residence of the recipient;

(15) **"location of the supplier of services"** means,—

(a) where a supply is made from a place of business for which the registration has been obtained, the location of such place of business;

(b) where a supply is made from a place other than the place of business for which registration has been obtained (a fixed establishment elsewhere), the location of such fixed establishment;

(c) where a supply is made from more than one establishment, whether the place of business or fixed establishment, the location of the establishment most directly concerned with the provision of the supply; and

(d) in absence of such places, the location of the usual place of residence of the supplier ;

Section 5
Levy and collection

5. (1) Subject to the provisions of sub-section (2), there shall be levied a tax called the integrated goods and services tax on all inter-State supplies of goods or services or both, except on the supply of alcoholic liquor for human consumption, on the value determined under section 15 of the Central Goods and Services Tax Act and at such rates, not exceeding forty per cent., as may be notified by the Government on the recommendations of the Council and collected in such manner as may be prescribed and shall be paid by the taxable person:

Provided that the integrated tax on goods imported into India shall be levied and collected in accordance with the provisions of section 3 of the Customs Tariff Act, 1975 on the value as determined under the said Act at the point when duties of customs are levied on the said goods under section 12 of the Customs Act, 1962.

(2) The integrated tax on the supply of petroleum crude, high speed diesel, motor spirit (commonly known as petrol), natural gas and aviation turbine fuel shall be levied with effect from such date as may be notified by the Government on the recommendations of the Council.

(3) The Government may, on the recommendations of the Council, by notification, specify categories of supply of goods or services or both, the tax on which shall be paid on reverse charge basis by the recipient of such goods or services or both and all the provisions of this Act shall apply to such recipient as if he is the person liable for paying the tax in relation to the supply of such goods or services or both.

(4) The integrated tax in respect of the supply of taxable goods or services or both by a supplier, who is not registered, to a registered person shall be paid by such person on reverse charge basis as the recipient and all the provisions of this Act shall apply to such recipient as if he is the person liable for paying the tax in relation to the supply of such goods or services or both.

(5) The Government may, on the recommendations of the Council, by notification, specify categories of services, the tax on inter-State supplies of which shall be paid by the electronic commerce operator if such services are supplied through it, and all the provisions of this Act shall apply to such electronic commerce operator as if he is the supplier liable for paying the tax in relation to the supply of such services:

Provided that where an electronic commerce operator does not have a physical presence in the taxable territory, any person representing such electronic commerce operator for any purpose in the taxable territory shall be liable to pay tax :

Provided further that where an electronic commerce operator does not have a physical presence in the taxable territory and also does not have a representative in the said territory, such electronic commerce operator shall appoint a person in the taxable territory for the purpose of paying tax and such person shall be liable to pay tax.

Section 6
Power to grant exemption from tax

6. (1) Where the Government is satisfied that it is necessary in the public interest so to do, it may, on the recommendations of the Council, by notification, exempt generally, either absolutely or subject to such conditions as may be specified therein, goods or services or both of any specified description from the whole or any part of the tax leviable thereon with effect from such date as may be specified in such notification.

(2) Where the Government is satisfied that it is necessary in the public interest so to do, it may, on the recommendations of the Council, by special order in each case, under circumstances of an exceptional nature to be stated in such order, exempt from payment of tax any goods or services or both on which tax is leviable.

(3) The Government may, if it considers necessary or expedient so to do for the purpose of clarifying the scope or applicability of any notification issued under sub-section (1) or order issued under sub-section (2), insert an Explanation in such notification or order, as the case may be, by notification at any time within one year of issue of the notification under sub-section (1) or order under sub-section (2), and every such Explanation shall have effect as if it had always been the part of the first such notification or order, as the case may be.

Explanation :– For the purposes of this section, where an exemption in respect of any goods or services or both from the whole or part of the tax leviable thereon has been granted absolutely, the registered person supplying such goods or services or both shall not collect the tax, in excess of the effective rate, on such supply of goods or services or both.

Section 7
Inter-State supply

7. (1) Subject to the provisions of section 10, supply of goods, where the location of the supplier and the place of supply are in– –

(a) two different States;

(b) two different Union territories; or

(c) a State and a Union territory,

shall be treated as a supply of goods in the course of inter-State trade or commerce.

(2) Supply of goods imported into the territory of India, till they cross the customs frontiers of India, shall be treated to be a supply of goods in the course of inter-State trade or commerce.

(3) Subject to the provisions of section 12, supply of services, where the location of the supplier and the place of supply are in –

(a) two different States;

(b) two different Union territories; or

(c) a State and a Union territory,

shall be treated as a supply of services in the course of inter-State trade or commerce.

(4) Supply of services imported into the territory of India shall be treated to be a supply of services in the course of inter-State trade or commerce.

(5) Supply of goods or services or both,—

(a) when the supplier is located in India and the place of supply is outside India;

(b) to or by a Special Economic Zone developer or a Special Economic Zone unit; or

(c) in the taxable territory, not being an intra-State supply and not covered elsewhere in this section, shall be treated to be a supply of goods or services or both in the course of inter-State trade or commerce

Section 8
Intra-State supply

8. (1) Subject to the provisions of section 10, supply of goods where the location of the supplier and the place of supply of goods are in the same State or same Union territory shall be treated as intra-State supply:

Provided that the following supply of goods shall not be treated as intra-State supply, namely:—

(i) supply of goods to or by a Special Economic Zone developer or a Special Economic Zone unit;

(ii) goods imported into the territory of India till they cross the customs frontiers of India; or

(iii) supplies made to a tourist referred to in section 15.

(2) Subject to the provisions of section 12, supply of services where the location of the supplier and the place of supply of services are in the same State or same Union territory shall be treated as intra-State supply :

Provided that the intra-State supply of services shall not include supply of services to or by a Special Economic Zone developer or a Special Economic Zone unit.

Explanation 1. – For the purposes of this Act, where a person has, –

(i) an establishment in India and any other establishment outside India;

(ii) an establishment in a State or Union territory and any other establishment outside that State or Union territory; or

(iii) an establishment in a State or Union territory and any other establishment being a business vertical registered within that State or Union territory, then such establishments shall be treated as establishments of distinct persons.

Explanation 2 :– A person carrying on a business through a branch or an agency or a representational office in any territory shall be treated as having an establishment in that territory.

Section 9
Supplies in territorial waters

9. Notwithstanding anything contained in this Act,—

(a) where the location of the supplier is in the territorial waters, the location of such supplier; or

(b) where the place of supply is in the territorial waters, the place of supply, shall, for the purposes of this Act, be deemed to be in the coastal State or Union territory where the nearest point of the appropriate baseline is located.

PLACE OF SUPPLY OF GOODS OR SERVICES OR BOTH
Section 10

Place of supply of goods other than supply of goods imported into, or exported from India.

10. (1) The place of supply of goods, other than supply of goods imported into, or exported from India, shall be as under,—

(a) where the supply involves movement of goods, whether by the supplier or the recipient or by any other person, the place of supply of such goods shall be the location of the goods at the time at which the movement of goods terminates for delivery to the recipient;

(b) where the goods are delivered by the supplier to a recipient or any other person on the direction of a third person, whether acting as an agent or otherwise, before or during movement of goods, either by way of transfer of documents of title to the goods or otherwise, it shall be deemed that the said third person has received the goods and the place of supply of such goods shall be the principal place of business of such person;

(c) where the supply does not involve movement of goods, whether by the supplier or the recipient, the place of supply shall be the location of such goods at the time of the delivery to the recipient;

(d) where the goods are assembled or installed at site, the place of supply shall be the place of such installation or assembly;

(e) where the goods are supplied on board a conveyance, including a vessel, an aircraft, a train or a motor vehicle, the place of supply shall be the location at which such goods are taken on board.

(2) Where the place of supply of goods cannot be determined, the place of supply shall be determined in such manner as may be prescribed.

Section 11
Place of supply of goods imported into, or exported from India

11. The place of supply of goods, –

(a) imported into India shall be the location of the importer;

(b) exported from India shall be the location outside India

Section 12
Place of supply of services where location of supplier and recipient is in India

12) (1) The provisions of this section shall apply to determine the place of supply of services where the location of supplier of services and the location of the recipient of services is in India.

(2) The place of supply of services, except the services specified in sub-sections (3) to (14) –

(a) made to a registered person shall be the location of such person;

(b) made to any person other than a registered person shall be,—

(i) the location of the recipient where the address on record exists; and

(ii) the location of the supplier of services in other cases.

(3) The place of supply of services,—

(a) directly in relation to an immovable property, including services provided by architects, interior decorators, surveyors, engineers and other related experts or estate agents, any service provided by way of grant of rights to use immovable property or for carrying out or co-ordination of construction work; or

(b) by way of lodging accommodation by a hotel, inn, guest house, home stay, club or campsite, by whatever name called, and including a house boat or any other vessel; or

(c) by way of accommodation in any immovable property for organising any marriage or reception or matters related thereto, official, social, cultural, religious or business function including services provided in relation to such function at such property; or

(d) any services ancillary to the services referred to in clauses (a), (b) and (c), shall be the location at which the immovable property or boat or vessel, as the case may be, is located or intended to be located:

Provided that if the location of the immovable property or boat or vessel is located or intended to be located outside India, the place of supply shall be the location of the recipient.

Explanation – Where the immovable property or boat or vessel is located in more than one State or Union territory, the supply of services shall be treated as made in each of the respective States or Union territories, in proportion to the value for services separately collected or determined in terms of the contract or agreement entered into in this regard or, in the absence of such contract or agreement, on such other basis as may be prescribed.

(4) The place of supply of restaurant and catering services, personal grooming, fitness, beauty treatment, health service including cosmetic and plastic surgery shall be the location where the services are actually performed.

(5) The place of supply of services in relation to training and performance appraisal to,–

(a) a registered person, shall be the location of such person;

(b) a person other than a registered person, shall be the location where the services are actually performed.

(6) The place of supply of services provided by way of admission to a cultural, artistic, sporting, scientific, educational, entertainment event or amusement park or any other place and services ancillary thereto, shall be the place where the event is actually held or where the park or such other place is located.

(7) The place of supply of services provided by way of,—

(a) organisation of a cultural, artistic, sporting, scientific, educational or entertainment event including supply of services in relation to a conference, fair, exhibition, celebration or similar events; or

(b) services ancillary to organisation of any of the events or services referred to in clause (a), or assigning of sponsorship to such events, –

(i) to a registered person, shall be the location of such person;

(ii) to a person other than a registered person, shall be the place where the event is actually held and if the event is held outside India, the place of supply shall be the location of the recipient.

Explanation :– Where the event is held in more than one State or Union territory and a consolidated amount is charged for supply of services relating to such event, the place of supply of such services shall be taken as being in each of the respective States or Union territories in proportion to the value for services separately collected or determined in terms of the contract or agreement entered into in this regard or, in the absence of such contract or agreement, on such other basis as may be prescribed.

(8) The place of supply of services by way of transportation of goods, including by mail or courier to,–

(a) a registered person, shall be the location of such person;

(b) a person other than a registered person, shall be the location at which such goods are handed over for their transportation.

(9) The place of supply of passenger transportation service to, -

(a) a registered person, shall be the location of such person;

(b) a person other than a registered person, shall be the place where the passenger embarks on the conveyance for a continuous journey:

Provided that where the right to passage is given for future use and the point of embarkation is not known at the time of issue of right to passage, the place of supply of such service shall be determined in accordance with the provisions of sub-section (2).

Explanation :– For the purposes of this sub-section, the return journey shall be treated as a separate journey, even if the right to passage for onward and return journey is issued at the same time.

(10) The place of supply of services on board a conveyance, including a vessel, an aircraft, a train or a motor vehicle, shall be the location of the first scheduled point of departure of that conveyance for the journey.

(11) The place of supply of telecommunication services including data transfer, broadcasting, cable and direct to home television services to any person shall, -

(a) in case of services by way of fixed telecommunication line, leased circuits, internet leased circuit, cable or dish antenna, be the location where the telecommunication line, leased circuit or cable connection or dish antenna is installed for receipt of services;

(b) in case of mobile connection for telecommunication and internet services provided on post-paid basis, be the location of billing address of the recipient of services on the record of the supplier of services;

(c) in cases where mobile connection for telecommunication, internet service and direct to home television services are provided on pre-payment basis through a voucher or any other means, –

(i) through a selling agent or a re-seller or a distributor of subscriber identity module card or re-charge voucher, be the address of the selling agent or re-seller or distributor as per the record of the supplier at the time of supply; or

(ii) by any person to the final subscriber, be the location where such prepayment is received or such vouchers are sold;

(d) in other cases, be the address of the recipient as per the records of the supplier of services and where such address is not available, the place of supply shall be location of the supplier of services:

Provided that where the address of the recipient as per the records of the supplier of services is not available, the place of supply shall be location of the supplier of services:

Provided further that if such pre-paid service is availed or the recharge is made through internet banking or other electronic mode of payment, the location of the recipient of services on the record of the supplier of services shall be the place of supply of such services.

Explanation :– Where the leased circuit is installed in more than one State or Union territory and a consolidated amount is charged for supply of services relating to such circuit, the place of supply of such services shall be taken as being in each of the respective States or Union territories in proportion to the value for services separately collected or determined in terms of the contract or agreement entered into in this regard or, in the absence of such contract or agreement, on such other basis as may be prescribed.

(12) The place of supply of banking and other financial services, including stock broking services to any person shall be the location of the recipient of services on the records of the supplier of services: Provided that if the location of recipient of services is not on the records of the supplier, the place of supply shall be the location of the supplier of services.

(13) The place of supply of insurance services shall,—

(a) to a registered person, be the location of such person;

(b) to a person other than a registered person, be the location of the recipient of services on the records of the supplier of services.

(14) The place of supply of advertisement services to the Central Government, a State Government, a statutory body or a local authority meant for the States or Union territories identified in the contract or agreement shall be taken as being in each of such States or Union territories and the value of such supplies specific to each State or Union territory shall be in proportion to the amount attributable to services provided by way of dissemination in the respective States or Union territories as may be determined in terms of the contract or agreement entered into in this regard or, in the absence of such contract or agreement, on such other basis as may be prescribed

Section 16
Zero rated supply

(1) **"zero rated supply"** means any of the following supplies of goods or services or both, namely :–

(a) export of goods or services or both; or

(b) supply of goods or services or both to a Special Economic Zone developer or a Special Economic Zone unit.

(2) Subject to the provisions of sub-section (5) of section 17 of the Central Goods and Services Tax Act, credit of input tax may be availed for making zero-rated supplies, notwithstanding that such supply may be an exempt supply.

(3) A registered person making zero rated supply shall be eligible to claim refund under either of the following options, namely :–

(a) he may supply goods or services or both under bond or Letter of Undertaking, subject to such conditions, safeguards and procedure as may be prescribed, without payment of integrated tax and claim refund of unutilised input tax credit; or

(b) he may supply goods or services or both, subject to such conditions, safeguards and procedure as may be prescribed, on payment of integrated tax and claim refund of such tax paid on goods or services or both supplied, in accordance with the provisions of section 54 of the Central Goods and Services Tax Act or the rules made thereunder.

10. Issue of registration certificate.-

(1) Subject to the provisions of sub-section (12) of section 25, where the application for grant of registration has been approved under rule 9, a certificate of registration in FORM GST REG-06 showing the principal place of business and additional place or places of business shall be made available to the applicant on the common portal and a Goods and Services Tax Identification Number shall be assigned subject to the following characters, namely:-

(a) two characters for the State code;

(b) ten characters for the Permanent Account Number or the Tax Deduction and Collection Account Number;

(c) two characters for the entity code; and

(d) one checksum character.

(2) The registration shall be effective from the date on which the person becomes liable to registration where the application for registration has been submitted within a period of thirty days from such date.

(3) Where an application for registration has been submitted by the applicant after the expiry of thirty days from the date of his becoming liable to registration, the effective dateof registration shall be the date of the grant of registration under sub-rule (1) or sub-rule (3) or sub-rule (5) of rule 9.

(4) Every certificate of registration shall be duly signed or verified through electronic verification code by the proper officer under the Act.

(5) Where the registration has been granted under sub-rule (5) of rule 9, the applicant shall be communicated the registration number, and the certificate of registration under sub-rule (1), duly signed or verified through electronic verification code, shall be made available to him on the common portal, within a period of three days after the expiry of the period specified in sub-rule (5) of rule 9.

19. Amendment of registration.-

(1) Where there is any change in any of the particulars furnished in the application for registration in FORM GST REG-01 or FORM GST REG-07 or FORM GST REG-09 or FORM GST REG-10 or for Unique Identity Number in FORM GST-REG-13, either at the time of obtaining registration or Unique Identity Number or as amended from time to time, the registered person shall, within a period of fifteen days of such change, submit an application, duly signed or verified through electronic verification code, electronically in FORM GST REG-14, along with the documents relating to such change at the common portal, either directly or through a Facilitation Centre notified by the Commissioner:

Provided that –

(a) where the change relates to,-

(i) legal name of business;

(ii) address of the principal place of business or any additional place(s) of business; or

(iii) addition, deletion or retirement of partners or directors, Karta, Managing Committee, Board of Trustees, Chief Executive Officer or equivalent, responsible for the day to day affairs of the business,-

which does not warrant cancellation of registration under section 29, the proper officer shall, after due verification, approve the amendment within a period of fifteen working days from the date of the receipt of the application in FORM GST REG-14 and issue an order in FORM GST REG-15 electronically and such amendment shall take effect from the date of the occurrence of the event warranting such amendment;

(b) the change relating to sub-clause (i) and sub-clause (iii) of clause (a) in any State or Union territory shall be applicable for all registrations of the registered person obtained under the provisions of this Chapter on the same Permanent Account Number ;

(c) where the change relates to any particulars other than those specified in clause (a), the certificate of registration shall stand amended upon submission of the application in FORM GST REG- 14 on the common portal;

(d) where a change in the constitution of any business results in the change of the Permanent Account Number of a registered person, the said person shall apply for fresh registration in FORM GST REG-01:

Provided further that any change in the mobile number or e-mail address of the authorised signatory submitted under this rule, as amended from time to time, shall be carried out only after online verification through the common portal in the manner provided under sub-rule (2) of rule 8.

(2) Where the proper officer is of the opinion that the amendment sought under sub-rule (1) is either not warranted or the documents furnished therewith are incomplete or incorrect, he may, within a period of fifteen working days from the date of the receipt of the application in FORM GST REG-14, serve a notice in FORM GST REG-03, requiring the registered person to show cause, within a period of seven working days of the service of the said notice, as to why the application submitted under sub-rule (1) shall not be rejected.

(3) The registered person shall furnish a reply to the notice to show cause, issued under sub-rule (2), in FORM GST REG-04, within a period of seven working days from the date of the service of the said notice.

(4) Where the reply furnished under sub-rule (3) is found to be not satisfactory or where no reply is furnished in response to the notice issued under sub-rule (2) within the period prescribed in sub-rule (3), the proper officer shall reject the application submitted under sub-rule (1) and pass an order in FORM GST REG - 05.

(5) If the proper officer fails to take any action,-

(a) within a period of fifteen working days from the date of submission of the application, or

(b) within a period of seven working days from the date of the receipt of the reply to the notice to show cause under sub-rule (3), the certificate of registration shall stand amended to the extent applied for and the amended certificate shall be made available to the registered person on the common portal.

24. Migration of persons registered under the existing law.

(1) (a) Every person, other than a person deducting tax at source or an Input Service Distributor, registered under an existing law and having a Permanent Account Number issued under the provisions of the Income-tax Act, 1961 (Act 43 of 1961) shall enrol on the common portal by validating his e-mail address and mobile number, either directly or through a Facilitation Centre notified by the Commissioner.

(b) Upon enrolment under clause (a), the said person shall be granted registration on a provisional basis and a certificate of registration in FORM GST REG-25, incorporating the Goods and Services Tax Identification Number therein, shall be made available to him on the common portal:

Provided that a taxable person who has been granted multiple registrations under the existing law on the basis of a single Permanent Account Number shall be granted only one provisional registration under the Act:

(2) (a) Every person who has been granted a provisional registration under sub-rule (1) shall submit an application electronically in FORM GST REG–26, duly signed or verified through electronic verification code, along with the information and documents specified in the said application, on the common portal either directly or through a Facilitation Centre notified by the Commissioner.

(b) The information asked for in clause (a) shall be furnished within a period of three months or within such further period as may be extended by the Commissioner in this behalf.

(c) If the information and the particulars furnished in the application are found, by the proper officer, to be correct and complete, a certificate of registration in FORM GST REG-06 shall be made available to the registered person electronically on the common portal.

(3) Where the particulars or information specified in sub-rule (2) have either not been furnished or not found to be correct or complete, the proper officer shall, after serving a notice to show cause in FORM GST REG-27 and after affording the person concerned a reasonable opportunity of being heard, cancel the provisional registration granted under sub-rule (1) and issue an order in FORM GST REG-28:

(3) A) Where a certificate of registration has not been made available to the applicant on the common portal within a period of fifteen days from the date of the furnishing of information and particulars referred to in clause (c) of sub-rule (2) and no notice has been issued under sub-rule (3) within the said period, the registration shall be deemed to have been granted and the said certificate of registration, duly signed or verified through electronic verification code, shall be made available to the registered person on the common portal.

Provided that the show cause notice issued in FORM GST REG- 27 can be withdrawn by issuing an order in FORM GST REG- 20, if it is found, after affording the person an opportunity of being heard, that no such cause exists for which the notice was issued.

(4) Every person registered under any of the existing laws, who is not liable to be registered under the Act may, within a period of thirty days from the appointed day, at his option, submit an application electronically in FORM GST REG-29 at the common portal for the cancellation of registration granted to him and the proper officer shall, after conducting such enquiry as deemed fit, cancel the said registration.

DETERMINATION OF VALUE OF SUPPLY

27. Value of supply of goods or services where the consideration is not wholly in money.- Where the supply of goods or services is for a consideration not wholly in money, the value of the supply shall,-

(a) be the open market value of such supply;

(b) if the open market value is not available under clause (a), be the sum total of consideration in money and any such further amount in money as is equivalent to the consideration not in money, if such amount is known at the time of supply;

(c) if the value of supply is not determinable under clause (a) or clause (b), be the value of supply of goods or services or both of like kind and quality;

(d) if the value is not determinable under clause (a) or clause (b) or clause (c), be the sum total of consideration in money and such further amount in money that is equivalent to consideration not in money as determined by the application of rule 30 or rule 31 in that order.

Illustration :

(1) Where a new phone is supplied for twenty thousand rupees along with the exchange of an old phone and if the price of the new phone without exchange is twenty four thousand rupees, the open market value of the new phone is twenty four thousand rupees.

(2) Where a laptop is supplied for forty thousand rupees along with the barter of a printer that is manufactured by the recipient and the value of the printer known at

the time of supply is four thousand rupees but the open market value of the laptop is not known, the value of the supply of the laptop is forty four thousand rupees.

28. Value of supply of goods or services or both between distinct or related persons, other than through an agent.-

The value of the supply of goods or services or both between distinct persons as specified in sub-section (4) and (5) of section 25 or where the supplier and recipient are related, other than where the supply is made through an agent, shall-

(a) be the open market value of such supply;

(b) if the open market value is not available, be the value of supply of goods or services of like kind and quality;

(c) if the value is not determinable under clause (a) or (b), be the value as determined by the application of rule 30 or rule 31, in that order:

Provided that where the goods are intended for further supply as such by the recipient, the value shall, at the option of the supplier, be an amount equivalent to ninety percent of the price charged for the supply of goods of like kind and quality by the recipient to his customer not being a related person:

Provided further that where the recipient is eligible for full input tax credit, the value declared in the invoice shall be deemed to be the open market value of the goods or services.

29. Value of supply of goods made or received through an agent.-

The value of supply of goods between the principal and his agent shall -

be the open market value of the goods being supplied, or at the option of the supplier, be ninety per cent. of the price charged for the supply of goods of like kind and quality by the recipient to his customer not being a related person, where the goods are intended for further supply by the said recipient.

Illustration : A principal supplies groundnut to his agent and the agent is supplying groundnuts of like kind and quality in subsequent supplies at a price of five thousand rupees per quintal on the day of the supply. Another independent supplier is supplying groundnuts of like kind and quality to the said agent at the price of four thousand five hundred and fifty rupees per quintal. The value of the supply made by the principal shall be four thousand five hundred and fifty rupees per quintal or where he exercises the option, the value shall be 90 per cent. of five thousand rupees i.e., four thousand five hundred rupees per quintal.

(b) where the value of a supply is not determinable under clause (a), the same shall be determined by the application of rule 30 or rule 31 in that order.

30. Value of supply of goods or services or both based on cost -

Where the value of a supply of goods or services or both is not determinable by any of the preceding rules of this Chapter, the value shall be one hundred and ten percent of the cost of production or manufacture or the cost of acquisition of such goods or the cost of provision of such services.

31. Residual method for determination of value of supply of goods or services or both.-

Where the value of supply of goods or services or both cannot be determined under rules 27 to 30, the same shall be determined using reasonable means consistent with the principles and the general provisions of section 15 and the provisions of this Chapter:

Provided that in the case of supply of services, the supplier may opt for this rule, ignoring rule 30.

42. Manner of determination of input tax credit in respect of inputs or input services and reversal thereof.-

(1) The input tax credit in respect of inputs or input services, which attract the provisions of sub-section (1) or sub-section (2) of section 17, being partly used for the purposes of business and partly for other purposes, or partly used for effecting taxable supplies including zero rated supplies and partly for effecting exempt supplies, shall be attributed to the purposes of business or for effecting taxable supplies in the following manner, namely,-

(a) the total input tax involved on inputs and input services in a tax period, be denoted as 'T';

(b) the amount of input tax, out of 'T', attributable to inputs and input services intended to be used exclusively for the purposes other than business, be denoted as 'T1';

(c) the amount of input tax, out of 'T', attributable to inputs and input services intended to be used exclusively for effecting exempt supplies, be denoted as 'T2';

(d) the amount of input tax, out of 'T', in respect of inputs and input services on which credit is not available under sub-section (5) of section 17, be denoted as 'T3';

(e) the amount of input tax credit credited to the electronic credit ledger of registered person, be denoted as 'C1' and calculated as $C1 = T- (T1+T2+T3)$;

(f) the amount of input tax credit attributable to inputs and input services intended to be used exclusively for effecting supplies other than exempted but including zero rated supplies, be denoted as 'T4';

(g) 'T1', 'T2', 'T3' and 'T4' shall be determined and declared by the registered person at the invoice level in FORM GSTR-2;

(h) input tax credit left after attribution of input tax credit under clause (g) shall be called common credit, be denoted as 'C2' and calculated as $C2 = C1- T4$;

(i) the amount of input tax credit attributable towards exempt supplies, be denoted as 'D1' and calculated as$D1= (E \div F) \times C2$ where,

'E' is the aggregate value of exempt supplies during the tax period, and

'F' is the total turnover in the State of the registered person during the tax period:

Provided that where the registered person does not have any turnover during the said tax period or the aforesaid information is not available, the value of 'E/F' shall be calculated by taking values of 'E' and 'F' of the last tax period for which the details of such turnover are available, previous to the month during which the said value of 'E/F' is to be calculated;

Explanation : For the purposes of this clause, it is hereby clarified that the aggregate value of exempt supplies and the total turnover shall exclude the amount of any duty or tax levied under entry 84 of List I of the Seventh Schedule to the Constitution and entry 51 and 54 of List II of the said Schedule;

(j) the amount of credit attributable to non-business purposes if common inputs and input services are used partly for business and partly for non-business purposes, be denoted as 'D2', and shall be equal to five per cent. of C2; and

(k) the remainder of the common credit shall be the eligible input tax credit attributed to the purposes of business and for effecting supplies other than exempted supplies but including zero rated supplies and shall be denoted as 'C3', where, - C3 = C2 - (D1+D2);

(l) the amount 'C3' shall be computed separately for input tax credit of central tax, State tax, Union territory tax and integrated tax;

(m) the amount equal to aggregate of 'D1' and 'D2' shall be added to the output tax liability of the registered person:

Provided that where the amount of input tax relating to inputs or input services used partly for the purposes other than business and partly for effecting exempt supplies has been identified and segregated at the invoice level by the registered person, the same shall be included in 'T1' and 'T2' respectively, and the remaining amount of credit on such inputs or input services shall be included in 'T4'.

(2) The input tax credit determined under sub-rule (1) shall be calculated finally for the financial year before the due date for furnishing of the return for the month of September following the end of the financial year to which such credit relates, in the manner specified in the said sub-rule and-

(a) where the aggregate of the amounts calculated finally in respect of 'D1' and 'D2' exceeds the aggregate of the amounts determined under sub-rule (1) in respect of 'D1' and 'D2', such excess shall be added to the output tax liability of the registered person in the month not later than the month of September following the end of the financial year to which such credit relates and the said person shall be liable to pay interest on the said excess amount at the rate specified in sub-section (1) of section 50 for the period starting from the first day of April of the succeeding financial year till the date of payment; or

where the aggregate of the amounts determined under sub-rule (1) in respect of 'D1' and 'D2' exceeds the aggregate of the amounts calculated finally in respect of 'D1' and 'D2', such excess amount shall be claimed as credit by the registered person in his return for a month not later than the month of September following the end of the financial year to which such credit relates.

TRANSITIONAL PROVISIONS

117. Tax or duty credit carried forward under any existing law or on goods held in stock on the appointed day.-

(1) Every registered person entitled to take credit of input tax under section 140 shall, within ninety days of the appointed day, submit a declaration electronically in FORM GST TRAN-1, duly signed, on the common portal specifying therein, separately, the amount of input tax credit of eligible duties and taxes, as defined in Explanation 2 to section 140, to which he is entitled under the provisions of the said section:

Provided that the Commissioner may, on the recommendations of the Council, extend the period of ninety days by a further period not exceeding ninety days.

Provided further that where the inputs have been received from an Export Oriented Unit or a unit located in Electronic Hardware Technology Park, the credit shall be allowed to the extent as provided in sub-rule (7) of rule 3 of the CENVAT Credit Rules, 2004.

(2) Every declaration under sub-rule (1) shall-

(a) in the case of a claim under sub-section (2) of section 140, specify separately the following particulars in respect of every item of capital goods as on the appointed day-

(i) the amount of tax or duty availed or utilized by way of input tax credit under each of the existing laws till the appointed day; and

(ii) the amount of tax or duty yet to be availed or utilized by way of input tax credit under each of the existing laws till the appointed day;

(b) in the case of a claim under sub-section (3) or clause (b) of sub-section (4) or subsection (6) or sub-section (8) of section 140, specify separately the details of stock held on the appointed day;

(c) in the case of a claim under sub-section (5) of section 140, furnish the following details, namely :-

(i) the name of the supplier, serial number and date of issue of the invoice by the supplier or any document on the basis of which credit of input tax was admissible under the existing law;

(ii) the description and value of the goods or services;

(iii) the quantity in case of goods and the unit or unit quantity code thereof;

(iv) the amount of eligible taxes and duties or, as the case may be, the value added tax [or entry tax] charged by the supplier in respect of the goods or services; and

(v) the date on which the receipt of goods or services is entered in the books of account of the recipient.

(3) The amount of credit specified in the application in FORM GST TRAN-1 shall be credited to the electronic credit ledger of the applicant maintained in FORM GST PMT-2 on the common portal.

(4) (a) (i) A registered person who was not registered under the existing law shall, in accordance with the proviso to sub-section (3) of section 140, be allowed to avail of input tax credit on goods (on which the duty of central excise or, as the case may be, additional duties of customs under sub-section (1) of section 3 of the Customs Tariff Act, 1975, is leviable) held in stock on the appointed day in respect of which he is not in possession of any document evidencing payment of central excise duty.

(ii) The input tax credit referred to in sub-clause (i) shall be allowed at the rate of sixty per cent. on such goods which attract central tax at the rate of nine per cent. or more and forty per cent. for other goods of the central tax applicable on supply of such goods after the appointed date and shall be credited after the central tax payable on such supply has been paid: Provided that where integrated tax is paid on such goods, the amount of credit shall be allowed at the rate of thirty per cent. and twenty per cent. respectively of the said tax;

(iii) The scheme shall be available for six tax periods from the appointed date.

(b) The credit of central tax shall be availed subject to satisfying the following conditions, namely:-

(i) such goods were not unconditionally exempt from the whole of the duty of excise specified in the First Schedule to the Central Excise Tariff Act, 1985 or were not nil rated in the said Schedule;

(ii) the document for procurement of such goods is available with the registered person;

(iii) the registered person availing of this scheme and having furnished the details of stock held by him in accordance with the provisions of clause (b) of sub-rule (2), submits a statement in FORM GST TRAN 2 at the end of each of the six tax periods during which the scheme is in operation indicating therein, the details of supplies of such goods effected during the tax period;

(iv) the amount of credit allowed shall be credited to the electronic credit ledger of the applicant maintained in FORM GST PMT-2 on the common portal; and

(v) the stock of goods on which the credit is availed is so stored that it can be easily identified by the registered person.

[TO BE PUBLISHED IN PART II, SECTION 3, SUB-SECTION (i) OF THE GAZETTE OF INDIA, EXTRAORDINARY]

GOVERNMENT OF INDIA
MINISTRY OF FINANCE
(Department of Revenue)

Notification No. 8/2017-Central Tax

New Delhi, the 27th June, 2017

G.S.R. (E).- In exercise of the powers conferred under the proviso to sub-section (1) of section 10 of the Central Goods and Services Tax Act, 2017 (12 of 2017) (hereinafter referred to as the said Act), the Central Government, on the recommendations of the Council, hereby prescribes that an eligible registered person, whose aggregate turnover in the preceding financial year did not exceed seventy five lakh rupees, may opt to pay, in lieu of the central tax payable by him, an amount calculated at the rate of,—

(i) one per cent. of the turnover in State in case of a manufacturer,
(ii) two and a half per cent. of the turnover in State in case of persons engaged in making supplies referred to in clause (b) of paragraph 6 of Schedule II of the said Act, and
(iii) half per cent. of the turnover in State in case of other suppliers:

Provided that the aggregate turnover in the preceding financial year shall be fifty lakh rupees in the case of an eligible registered person, registered under section 25 of the said Act, in any following States, namely: -

(i) Arunachal Pradesh,
(ii) Assam,
(iii) Manipur,
(iv) Meghalaya,
(v) Mizoram,
(vi) Nagaland,
(vii) Sikkim,
(viii) Tripura,
(ix) Himachal Pradesh:

Provided further that the registered person shall not be eligible to opt for composition levy under sub-section (1) of section 10 of the said Act if such person is a manufacturer of the goods, the description of which is specified in column (3) of the Table below and falling under the tariff item, sub-heading, heading or Chapter, as the case may be, as specified in the corresponding entry in column (2) of the said Table:-

TABLE

S. No.	**Tariff item, sub-heading, heading or Chapter**	**Description**
(1)	**(2)**	**(3)**
1.	2105 00 00	Ice cream and other edible ice, whether or not containing cocoa.
2.	2106 90 20	Pan masala
3.	24	All goods, i.e. Tobacco and manufactured tobacco substitutes

Explanation. –

(1) In this Table, “tariff item”, “sub-heading”, “heading” and “chapter” shall mean respectively a tariff item, sub-heading, heading and chapter as specified in the First Schedule to the Customs Tariff Act, 1975 (51 of 1975).

(2) The rules for the interpretation of the First Schedule to the said Customs Tariff Act, 1975 (51 of 1975), including the Section and Chapter Notes and the General Explanatory Notes of the First Schedule shall, so far as may be, apply to the interpretation of this notification.

[F.No.354/117/2017-TRU] (Mohit Tewari) Under Secretary to the Government of India

[TO BE PUBLISHED IN THE GAZZETE OF INDIA, EXTRAORDINARY, PART II, SECTION 3, SUB-SECTION (i)]

Government of India
Ministry of Finance
(Department of Revenue)

Notification No. 12/2017- Central Tax (Rate)

New Delhi, the 28th June, 2017

G.S.R......(E).- In exercise of the powers conferred by sub-section (1) of section 11 of the Central Goods and Services Tax Act, 2017 (12 of 2017), the Central Government, on being satisfied that it is necessary in the public interest so to do, on the recommendations of the Council, hereby exempts the intra-State supply of services of description as specified in column (3) of the Table below from so much of the central tax leviable thereon under sub-section (1) of section 9 of the said Act, as is in excess of the said tax calculated at the rate as specified in the corresponding entry in column (4) of the said Table, unless specified otherwise, subject to the relevant conditions as specified in the corresponding entry in column (5) of the said Table, namely:-

Table

Sl. No.	Chapter, Section, Heading, Group or Service Code (Tariff)	Description of Services	Rate (per cent.)	Condition
(1)	(2)	(3)	(4)	(5)
1	Chapter 99	Services by an entity registered under section 12AA of the Income-tax Act, 1961 (43 of 1961) by way of charitable activities.	Nil	Nil
2	Chapter 99	Services by way of transfer of a going concern, as a whole or an independent part thereof.	Nil	Nil
3	Chapter 99	Pure services (excluding works contract service or other composite supplies involving supply of any goods) provided to the Central Government, State Government or Union territory or local authority or a Governmental authority by way of any activity in relation to any function entrusted to a Panchayat under article 243G of the Constitution or in	Nil	Nil

		relation to any function entrusted to a Municipality under article 243W of the Constitution.		
4	Chapter 99	Services by Central Government, State Government, Union territory, local authority or governmental authority by way of any activity in relation to any function entrusted to a municipality under article 243 W of the Constitution.	Nil	Nil
5	Chapter 99	Services by a governmental authority by way of any activity in relation to any function entrusted to a Panchayat under article 243G of the Constitution.	Nil	Nil
6	Chapter 99	Services by the Central Government, State Government, Union territory or local authority excluding the following services— (a) services by the Department of Posts by way of speed post, express parcel post, life insurance, and agency services provided to a person other than the Central Government, State Government, Union territory; (b) services in relation to an aircraft or a vessel, inside or outside the precincts of a port or an airport; (c) transport of goods or passengers; or (d) any service, other than services covered under entries (a) to (c) above, provided to business entities.	Nil	Nil
7	Chapter 99	Services provided by the Central Government, State Government, Union territory or local authority to a business entity with an aggregate turnover of up to twenty lakh rupees (ten lakh rupees in case of a special category state) in the preceding financial year. *Explanation*.- For the purposes of this entry, it is hereby clarified that the provisions of this entry shall not be applicable to- (a) services,- (i) by the Department of Posts by way	Nil	Nil

		of speed post, express parcel post, life insurance, and agency services provided to a person other than the Central Government, State Government, Union territory; (ii) in relation to an aircraft or a vessel, inside or outside the precincts of a port or an airport; (iii) of transport of goods or passengers; and (b) services by way of renting of immovable property.		
8	Chapter 99	Services provided by the Central Government, State Government, Union territory or local authority to another Central Government, State Government, Union territory or local authority: Provided that nothing contained in this entry shall apply to services- (i) by the Department of Posts by way of speed post, express parcel post, life insurance, and agency services provided to a person other than the Central Government, State Government, Union territory; (ii) in relation to an aircraft or a vessel, inside or outside the precincts of a port or an airport; (iii) of transport of goods or passengers.	Nil	Nil
9	Chapter 99	Services provided by Central Government, State Government, Union territory or a local authority where the consideration for such services does not exceed five thousand rupees: Provided that nothing contained in this entry shall apply to- (i) services by the Department of Posts by way of speed post, express parcel post, life insurance, and agency services provided to a person other than the Central Government, State Government, Union territory;	Nil	Nil

		(ii) services in relation to an aircraft or a vessel, inside or outside the precincts of a port or an airport; (iii) transport of goods or passengers: Provided further that in case where continuous supply of service, as defined in sub-section (33) of section 2 of the Central Goods and Services Tax Act, 2017, is provided by the Central Government, State Government, Union territory or a local authority, the exemption shall apply only where the consideration charged for such service does not exceed five thousand rupees in a financial year.		
10	Heading 9954	Services provided by way of pure labour contracts of construction, erection, commissioning, installation, completion, fitting out, repair, maintenance, renovation, or alteration of a civil structure or any other original works pertaining to the beneficiary-led individual house construction or enhancement under the Housing for All (Urban) Mission or Pradhan Mantri Awas Yojana.	Nil	Nil
11	Heading 9954	Services by way of pure labour contracts of construction, erection, commissioning, or installation of original works pertaining to a single residential unit otherwise than as a part of a residential complex.	Nil	Nil
12	Heading 9963 or Heading 9972	Services by way of renting of residential dwelling for use as residence.	Nil	Nil
13	Heading 9963 or Heading 9972 or Heading 9995 or any other Heading of Section 9	Services by a person by way of- (a) conduct of any religious ceremony; (b) renting of precincts of a religious place meant for general public, owned or managed by an entity registered as a charitable or religious trust under section 12AA of the Income-tax Act, 1961 (hereinafter referred to as the Income-tax Act) or a trust or an institution registered under sub clause (v) of clause (23C) of	Nil	Nil

		section 10 of the Income-tax Act or a body or an authority covered under clause (23BBA) of section 10 of the said Income-tax Act: Provided that nothing contained in entry (b) of this exemption shall apply to,- (i) renting of rooms where charges are one thousand rupees or more per day; (ii) renting of premises, community halls, kalyanmandapam or open area, and the like where charges are ten thousand rupees or more per day; (iii) renting of shops or other spaces for business or commerce where charges are ten thousand rupees or more per month.		
14	Heading 9963	Services by a hotel, inn, guest house, club or campsite, by whatever name called, for residential or lodging purposes, having declared tariff of a unit of accommodation below one thousand rupees per day or equivalent.	Nil	Nil
15	Heading 9964	Transport of passengers, with or without accompanied belongings, by – (a) air, embarking from or terminating in an airport located in the state of Arunachal Pradesh, Assam, Manipur, Meghalaya, Mizoram, Nagaland, Sikkim, or Tripura or at Bagdogra located in West Bengal; (b) non-airconditioned contract carriage other than radio taxi, for transportation of passengers, excluding tourism, conducted tour, charter or hire; or (c) stage carriage other than air-conditioned stage carriage.	Nil	Nil
16	Heading 9964	Services provided to the Central Government, by way of transport of passengers with or without accompanied belongings, by air, embarking from or terminating at a regional connectivity scheme airport, against consideration in the form of viability gap funding: Provided that nothing contained in	Nil	Nil

		this entry shall apply on or after the expiry of a period of one year from the date of commencement of operations of the regional connectivity scheme airport as notified by the Ministry of Civil Aviation.		
17	Heading 9964	Service of transportation of passengers, with or without accompanied belongings, by— (a) railways in a class other than— (i) first class; or (ii) an air-conditioned coach; (b) metro, monorail or tramway; (c) inland waterways; (d) public transport, other than predominantly for tourism purpose, in a vessel between places located in India; and (e) metered cabs or auto rickshaws (including e-rickshaws).	Nil	Nil
18	Heading 9965	Services by way of transportation of goods- (a) by road except the services of— (i) a goods transportation agency; (ii) a courier agency; (b) by inland waterways.	Nil	Nil
19	Heading 9965	Services by way of transportation of goods by an aircraft from a place outside India upto the customs station of clearance in India.	Nil	Nil
20	Heading 9965	Services by way of transportation by rail or a vessel from one place in India to another of the following goods – (a) relief materials meant for victims of natural or man-made disasters, calamities, accidents or mishap; (b) defence or military equipments; (c) newspaper or magazines registered with the Registrar of Newspapers; (d) railway equipments or materials; (e) agricultural produce; (f) milk, salt and food grain including flours, pulses and rice; and	Nil	Nil

		(g) organic manure.		
21	Heading 9965 or Heading 9967	Services provided by a goods transport agency, by way of transport in a goods carriage of - (a) agricultural produce; (b) goods, where consideration charged for the transportation of goods on a consignment transported in a single carriage does not exceed one thousand five hundred rupees; (c) goods, where consideration charged for transportation of all such goods for a single consignee does not exceed rupees seven hundred and fifty; (d) milk, salt and food grain including flour, pulses and rice; (e) organic manure; (f) newspaper or magazines registered with the Registrar of Newspapers; (g) relief materials meant for victims of natural or man-made disasters, calamities, accidents or mishap; or (h) defence or military equipments.	Nil	Nil
22	Heading 9966 or Heading 9973	Services by way of giving on hire – (a) to a state transport undertaking, a motor vehicle meant to carry more than twelve passengers; or (b) to a goods transport agency, a means of transportation of goods.	Nil	Nil
23	Heading 9967	Service by way of access to a road or a bridge on payment of toll charges.	Nil	Nil
24	Heading 9967 or Heading 9985	Services by way of loading, unloading, packing, storage or warehousing of rice.	Nil	Nil
25	Heading 9969	Transmission or distribution of electricity by an electricity transmission or distribution utility.	Nil	Nil
26	Heading 9971	Services by the Reserve Bank of India.	Nil	Nil
27	Heading 9971	Services by way of— (a) extending deposits, loans or advances in so far as the consideration is represented by way of interest or discount	Nil	Nil

		(other than interest involved in credit card services); (b) *inter se* sale or purchase of foreign currency amongst banks or authorised dealers of foreign exchange or amongst banks and such dealers.		
28	Heading 9971 or Heading 9991	Services of life insurance business provided by way of annuity under the National Pension System regulated by the Pension Fund Regulatory and Development Authority of India under the Pension Fund Regulatory and Development Authority Act, 2013 (23 of 2013).	Nil	Nil
29	Heading 9971 or Heading 9991	Services of life insurance business provided or agreed to be provided by the Army, Naval and Air Force Group Insurance Funds to members of the Army, Navy and Air Force, respectively, under the Group Insurance Schemes of the Central Government.	Nil	Nil
30	Heading 9971 or Heading 9991	Services by the Employees' State Insurance Corporation to persons governed under the Employees' State Insurance Act, 1948 (34 of 1948).	Nil	Nil
31	Heading 9971	Services provided by the Employees Provident Fund Organisation to the persons governed under the Employees Provident Funds and the Miscellaneous Provisions Act, 1952 (19 of 1952).	Nil	Nil
32	Heading 9971	Services provided by the Insurance Regulatory and Development Authority of India to insurers under the Insurance Regulatory and Development Authority of India Act, 1999 (41 of 1999).	Nil	Nil
33	Heading 9971	Services provided by the Securities and Exchange Board of India set up under the Securities and Exchange Board of India Act, 1992 (15 of 1992) by way of protecting the interests of investors in securities and to promote the development of, and to regulate, the securities market.	Nil	Nil
34	Heading 9971	Services by an acquiring bank, to any	Nil	Nil

		person in relation to settlement of an amount upto two thousand rupees in a single transaction transacted through credit card, debit card, charge card or other payment card service. *Explanation.*— For the purposes of this entry, "acquiring bank" means any banking company, financial institution including non-banking financial company or any other person, who makes the payment to any person who accepts such card.		
35	Heading 9971 or Heading 9991	Services of general insurance business provided under following schemes – (a) Hut Insurance Scheme; (b) Cattle Insurance under Swarnajaynti Gram Swarozgar Yojna (earlier known as Integrated Rural Development Programme); (c) Scheme for Insurance of Tribals; (d) Janata Personal Accident Policy and Gramin Accident Policy; (e) Group Personal Accident Policy for Self-Employed Women; (f) Agricultural Pumpset and Failed Well Insurance; (g) premia collected on export credit insurance; (h) Weather Based Crop Insurance Scheme or the Modified National Agricultural Insurance Scheme, approved by the Government of India and implemented by the Ministry of Agriculture; (i) Jan Arogya Bima Policy; (j) National Agricultural Insurance Scheme (Rashtriya Krishi Bima Yojana); (k) Pilot Scheme on Seed Crop Insurance; (l) Central Sector Scheme on Cattle Insurance; (m) Universal Health Insurance Scheme; (n) Rashtriya Swasthya Bima Yojana; (o) Coconut Palm Insurance Scheme;	Nil	Nil

		(p) Pradhan Mantri Suraksha BimaYojna; (q) Niramaya Health Insurance Scheme implemented by the Trust constituted under the provisions of the National Trust for the Welfare of Persons with Autism, Cerebral Palsy, Mental Retardation and Multiple Disabilities Act, 1999 (44 of 1999).		
36	Heading 9971 or Heading 9991	Services of life insurance business provided under following schemes- (a) Janashree Bima Yojana; (b) Aam Aadmi Bima Yojana; (c) Life micro-insurance product as approved by the Insurance Regulatory and Development Authority, having maximum amount of cover of fifty thousand rupees; (d) Varishtha Pension BimaYojana; (e) Pradhan Mantri Jeevan JyotiBimaYojana; (f) Pradhan Mantri Jan DhanYogana; (g) Pradhan Mantri Vaya Vandan Yojana.	Nil	Nil
37	Heading 9971 or Heading 9991	Services by way of collection of contribution under the Atal Pension Yojana.	Nil	Nil
38	Heading 9971 or Heading 9991	Services by way of collection of contribution under any pension scheme of the State Governments.	Nil	Nil
39	Heading 9971 or Heading 9985	Services by the following persons in respective capacities – (a) business facilitator or a business correspondent to a banking company with respect to accounts in its rural area branch; (b) any person as an intermediary to a business facilitator or a business correspondent with respect to services mentioned in entry (a); or (c) business facilitator or a business correspondent to an insurance company in a rural area.	Nil	Nil

40	Heading 9971 or Heading 9991	Services provided to the Central Government, State Government, Union territory under any insurance scheme for which total premium is paid by the Central Government, State Government, Union territory.	Nil	Nil
41	Heading 9972	One time upfront amount (called as premium, salami, cost, price, development charges or by any other name) leviable in respect of the service, by way of granting long term (thirty years, or more) lease of industrial plots, provided by the State Government Industrial Development Corporations or Undertakings to industrial units.	Nil	Nil
42	Heading 9973 or Heading 9991	Services provided by the Central Government, State Government, Union territory or local authority by way of allowing a business entity to operate as a telecom service provider or use radio frequency spectrum during the period prior to the 1st April, 2016, on payment of licence fee or spectrum user charges, as the case may be.	Nil	Nil
43	Heading 9973	Services of leasing of assets (rolling stock assets including wagons, coaches, locos) by the Indian Railways Finance Corporation to Indian Railways.	Nil	Nil
44	Heading 9981	Services provided by an incubatee up to a total turnover of fifty lakh rupees in a financial year subject to the following conditions, namely:- (a) the total turnover had not exceeded fifty lakh rupees during the preceding financial year; and (b) a period of three years has not elapsed from the date of entering into an agreement as an incubatee.	Nil	Nil
45	Heading 9982 or Heading 9991	Services provided by- (a) an arbitral tribunal to – (i) any person other than a business entity; or (ii) a business entity with an	Nil	Nil

		aggregate turnover up to twenty lakh rupees (ten lakh rupees in the case of special category states) in the preceding financial year; (b) a partnership firm of advocates or an individual as an advocate other than a senior advocate, by way of legal services to- (i) an advocate or partnership firm of advocates providing legal services; (ii) any person other than a business entity; or (iii) a business entity with an aggregate turnover up to twenty lakh rupees (ten lakh rupees in thecase of special category states) in the preceding financial year; (c) a senior advocate by way of legal services to- (i) any person other than a business entity; or (ii) a business entity with an aggregate turnover up to twenty lakh rupees (ten lakh rupees in the case of special category states) in the preceding financial year.		
46	Heading 9983	Services by a veterinary clinic in relation to health care of animals or birds.	Nil	Nil
47	Heading 9983 or Heading 9991	Services provided by the Central Government, State Government, Union territory or local authority by way of- (a) registration required under any law for the time being in force; (b) testing, calibration, safety check or certification relating to protection or safety of workers, consumers or public at large, including fire license, required under any law for the time being in force.	Nil	Nil
48	Heading 9983 or any other Heading of Chapter 99	Taxable services, provided or to be provided, by a Technology Business Incubator or a Science and Technology Entrepreneurship Park recognised by the National Science and Technology	Nil	Nil

		Entrepreneurship Development Board of the Department of Science and Technology, Government of India or bio-incubators recognised by the Biotechnology Industry Research Assistance Council, under the Department of Biotechnology, Government of India.		
49	Heading 9984	Services by way of collecting or providing news by an independent journalist, Press Trust of India or United News of India.	Nil	Nil
50	Heading 9984	Services of public libraries by way of lending of books, publications or any other knowledge-enhancing content or material.	Nil	Nil
51	Heading 9984	Services provided by the Goods and Services Tax Network to the Central Government or State Governments or Union territories for implementation of Goods and Services Tax.	Nil	Nil
52	Heading 9985	Services by an organiser to any person in respect of a business exhibition held outside India.	Nil	Nil
53	Heading 9985	Services by way of sponsorship of sporting events organised - (a) by a national sports federation, or its affiliated federations, where the participating teams or individuals represent any district, State, zone or Country; (b) by Association of Indian Universities, Inter-University Sports Board, School Games Federation of India, All India Sports Council for the Deaf, Paralympic Committee of India or Special Olympics Bharat; (c) by the Central Civil Services Cultural and Sports Board; (d) as part of national games, by the Indian Olympic Association; or (e) under the Panchayat Yuva Kreeda Aur Khel Abhiyaan Scheme.	Nil	Nil
54	Heading 9986	Services relating to cultivation of plants	Nil	Nil

		and rearing of all life forms of animals, except the rearing of horses, for food, fibre, fuel, raw material or other similar products or agricultural produce by way of— (a) agricultural operations directly related to production of any agricultural produce including cultivation, harvesting, threshing, plant protection or testing; (b) supply of farm labour; (c) processes carried out at an agricultural farm including tending, pruning, cutting, harvesting, drying, cleaning, trimming, sun drying, fumigating, curing, sorting, grading, cooling or bulk packaging and such like operations which do not alter the essential characteristics of agricultural produce but make it only marketable for the primary market; (d) renting or leasing of agro machinery or vacant land with or without a structure incidental to its use; (e) loading, unloading, packing, storage or warehousing of agricultural produce; (f) agricultural extension services; (g) services by any Agricultural Produce Marketing Committee or Board or services provided by a commission agent for sale or purchase of agricultural produce.		
55	Heading 9986	Carrying out an intermediate production process as job work in relation to cultivation of plants and rearing of all life forms of animals, except the rearing of horses, for food, fibre, fuel, raw material or other similar products or agricultural produce.	Nil	Nil
56	Heading 9988	Services by way of slaughtering of animals.	Nil	Nil
57	Heading 9988 or any other	Services by way of pre-conditioning, pre-cooling, ripening, waxing, retail packing, labelling of fruits and vegetables which do not change or alter the essential	Nil	Nil

	Heading of Section 8 and Section 9	characteristics of the said fruits or vegetables.		
58	Heading 9988 or Heading 9992	Services provided by the National Centre for Cold Chain Development under the Ministry of Agriculture, Cooperation and Farmer's Welfare by way of cold chain knowledge dissemination.	Nil	Nil
59	Heading 9999	Services by a foreign diplomatic mission located in India.	Nil	Nil
60	Heading 9991	Services by a specified organisation in respect of a religious pilgrimage facilitated by the Ministry of External Affairs, the Government of India, under bilateral arrangement.	Nil	Nil
61	Heading 9991	Services provided by the Central Government, State Government, Union territory or local authority by way of issuance of passport, visa, driving licence, birth certificate or death certificate.	Nil	Nil
62	Heading 9991 or Heading 9997	Services provided by the Central Government, State Government, Union territory or local authority by way of tolerating non-performance of a contract for which consideration in the form of fines or liquidated damages is payable to the Central Government, State Government, Union territory or local authority under such contract.	Nil	Nil
63	Heading 9991	Services provided by the Central Government, State Government, Union territory or local authority by way of assignment of right to use natural resources to an individual farmer for cultivation of plants and rearing of all life forms of animals, except the rearing of horses, for food, fibre, fuel, raw material or other similar products.	Nil	Nil
64	Heading 9991 or Heading 9973	Services provided by the Central Government, State Government, Union territory or local authority by way of assignment of right to use any natural	Nil	Nil

		resource where such right to use was assigned by the Central Government, State Government, Union territory or local authority before the 1st April, 2016: Provided that the exemption shall apply only to tax payable on one time charge payable, in full upfront or in installments, for assignment of right to use such natural resource.		
65	Heading 9991	Services provided by the Central Government, State Government, Union territory by way of deputing officers after office hours or on holidays for inspection or container stuffing or such other duties in relation to import export cargo on payment of Merchant Overtime charges.	Nil	Nil
66	Heading 9992	Services provided - (a) by an educational institution to its students, faculty and staff; (b) to an educational institution, by way of,- (i) transportation of students, faculty and staff; (ii) catering, including any mid-day meals scheme sponsored by the Central Government, State Government or Union territory; (iii) security or cleaning or house-keeping services performed in such educational institution; (iv) services relating to admission to, or conduct of examination by, such institution; upto higher secondary: Provided that nothing contained in entry (b) shall apply to an educational institution other than an institution providing services by way of pre-school education and education up to higher secondary school or equivalent.	Nil	Nil
67	Heading 9992	Services provided by the Indian Institutes of Management, as per the guidelines of the Central Government, to their students, by way of the following educational	Nil	Nil

		programmes, except Executive Development Programme: - (a) two year full time Post Graduate Programmes in Management for the Post Graduate Diploma in Management, to which admissions are made on the basis of Common Admission Test (CAT) conducted by the Indian Institute of Management; (b) fellow programme in Management; (c) five year integrated programme in Management.		
68	Heading 9992 or Heading 9996	Services provided to a recognised sports body by- (a) an individual as a player, referee, umpire, coach or team manager for participation in a sporting event organised by a recognized sports body; (b) another recognised sports body.	Nil	Nil
69	Heading 9992 or Heading 9983 or Heading 9991	Any services provided by, _ (a) the National Skill Development Corporation set up by the Government of India; (b) a Sector Skill Council approved by the National Skill Development Corporation; (c) an assessment agency approved by the Sector Skill Council or the National Skill Development Corporation; (d) a training partner approved by the National Skill Development Corporation or the Sector Skill Council, in relation to- (i) the National Skill Development Programme implemented by the National Skill Development Corporation; or (ii) a vocational skill development course under the National Skill Certification and Monetary Reward Scheme; or (iii) any other Scheme implemented by the National Skill Development	Nil	Nil

		Corporation.		
70	Heading 9983 or Heading 9985 or Heading 9992	Services of assessing bodies empanelled centrally by the Directorate General of Training, Ministry of Skill Development and Entrepreneurship by way of assessments under the Skill Development Initiative Scheme.	Nil	Nil
71	Heading 9992	Services provided by training providers (Project implementation agencies) under Deen Dayal Upadhyaya Grameen Kaushalya Yojana implemented by the Ministry of Rural Development, Government of India by way of offering skill or vocational training courses certified by the National Council for Vocational Training.	Nil	Nil
72	Heading 9992	Services provided to the Central Government, State Government, Union territory administration under any training programme for which total expenditure is borne by the Central Government, State Government, Union territory administration.	Nil	Nil
73	Heading 9993	Services provided by the cord blood banks by way of preservation of stem cells or any other service in relation to such preservation.	Nil	Nil
74	Heading 9993	Services by way of- (a) health care services by a clinical establishment, an authorised medical practitioner or para-medics; (b) services provided by way of transportation of a patient in an ambulance, other than those specified in (a) above.	Nil	Nil
75	Heading 9994	Services provided by operators of the common bio-medical waste treatment facility to a clinical establishment by way of treatment or disposal of bio-medical waste or the processes incidental thereto.	Nil	Nil
76	Heading 9994	Services by way of public conveniences such as provision of facilities of	Nil	Nil

		bathroom, washrooms, lavatories, urinal or toilets.		
77	Heading 9995	Service by an unincorporated body or a non- profit entity registered under any law for the time being in force, to its own members by way of reimbursement of charges or share of contribution – (a) as a trade union; (b) for the provision of carrying out any activity which is exempt from the levy of Goods and service Tax; or (c) up to an amount of five thousand rupees per month per member for sourcing of goods or services from a third person for the common use of its members in a housing society or a residential complex.	Nil	Nil
78	Heading 9996	Services by an artist by way of a performance in folk or classical art forms of- (a) music, or (b) dance, or (c) theatre, if the consideration charged for such performance is not more than one lakh and fifty thousand rupees: Provided that the exemption shall not apply to service provided by such artist as a brand ambassador.	Nil	Nil
79	Heading 9996	Services by way of admission to a museum, national park, wildlife sanctuary, tiger reserve or zoo.	Nil	Nil
80	Heading 9996	Services by way of training or coaching in recreational activities relating to- (a) arts or culture, or (b) sports by charitable entities registered under section 12AA of the Income-tax Act.	Nil	Nil
81	Heading 9996	Services by way of right to admission to- (a) circus, dance, or theatrical performance including drama or ballet; (b) award function, concert, pageant, musical performance or any sporting	Nil	Nil

		event other than a recognised sporting event; (c) recognised sporting event, where the consideration for admission is not more than Rs 250 per person as referred to in (a), (b) and (c) above.		

2. Definitions. - For the purposes of this notification, unless the context otherwise requires, -

(a) "advertisement" means any form of presentation for promotion of, or bringing awareness about, any event, idea, immovable property, person, service, goods or actionable claim through newspaper, television, radio or any other means but does not include any presentation made in person;

(b) "advocate" has the same meaning as assigned to it in clause (a) of sub-section (1) of section 2 of the Advocates Act, 1961 (25 of 1961);

(c) "agricultural extension" means application of scientific research and knowledge to agricultural practices through farmer education or training;

(d) "agricultural produce" means any produce out of cultivation of plants and rearing of all life forms of animals, except the rearing of horses, for food, fibre, fuel, raw material or other similar products, on which either no further processing is done or such processing is done as is usually done by a cultivator or producer which does not alter its essential characteristics but makes it marketable for primary market;

(e) "Agricultural Produce Marketing Committee or Board" means any committee or board constituted under a State law for the time being in force for the purpose of regulating the marketing of agricultural produce;

(f) "aircraft" has the same meaning as assigned to it in clause (1) of section 2 of the Aircraft Act, 1934 (22 of 1934);

(g) "airport" has the same meaning as assigned to it in clause (b) of section 2 of the Airports Authority of India Act, 1994 (55 of 1994.);

(h) "approved vocational education course" means, -

(i) a course run by an industrial training institute or an industrial training centre affiliated to the National Council for Vocational Training or State Council for Vocational Training offering courses in designated trades notified under the Apprentices Act, 1961 (52 of 1961); or

(ii) a Modular Employable Skill Course, approved by the National Council of Vocational Training, run by a person registered with the Directorate General of Training, Ministry of Skill Development and Entrepreneurship;

(i) "arbitral tribunal" has the same meaning as assigned to it in clause (d) of section 2 of the Arbitration and Conciliation Act, 1996 (26 of 1996);

(j) "authorised dealer of foreign exchange" shall have the same meaning assigned to "Authorised person" in clause (c) of section 2 of the Foreign Exchange Management Act, 1999 (42 of 1999);

(k) "authorised medical practitioner" means a medical practitioner registered with any of the councils of the recognised system of medicines established or recognised by law in India and includes a medical professional having the requisite qualification to practice in any recognised system of medicines in India as per any law for the time being in force;

(l) "banking company" has the same meaning as assigned to it in clause (a) of section 45A of the Reserve Bank of India Act,1934(2 of 1934);

(m) "brand ambassador" means a person engaged for promotion or marketing of a brand of goods, service, property or actionable claim, event or endorsement of name, including a trade name, logo or house mark of any person;

(n) "business entity" means any person carrying out business;

(o) "business facilitator or business correspondent" means an intermediary appointed under the business facilitator model or the business correspondent model by a banking company or an insurance company under the guidelines issued by the Reserve Bank of India;

(p) "Central Electricity Authority" means the authority constituted under section 3 of the Electricity (Supply) Act, 1948 (54 of 1948);

(q) "Central Transmission Utility" shall have the same meaning as assigned to it in clause (10) of section 2 of the Electricity Act, 2003 (36 of 2003);

(r) "charitable activities" means activities relating to -

(i) public health by way of ,-

(A) care or counseling of

(I) terminally ill persons or persons with severe physical or mental disability;

(II) persons afflicted with HIV or AIDS;

(III) persons addicted to a dependence-forming substance such as narcotics drugs or alcohol; or

(B) public awareness of preventive health, family planning or prevention of HIV infection;

(ii) advancement of religion , spirituality or yoga;

(iii) advancement of educational programmes or skill development relating to,-

(A) abandoned, orphaned or homeless children;
(B) physically or mentally abused and traumatized persons;
(C) prisoners; or
(D) persons over the age of 65 years residing in a rural area;

(iv) preservation of environment including watershed, forests and wildlife;

(s) "clinical establishment" means a hospital, nursing home, clinic, sanatorium or any other institution by, whatever name called, that offers services or facilities requiring diagnosis or treatment or care for illness, injury, deformity, abnormality or pregnancy in any recognised system of medicines in India, or a place established as an independent entity or a part of an establishment to carry out diagnostic or investigative services of diseases;

(t) "contract carriage" has the same meaning as assigned to it in clause (7) of section 2 of the Motor Vehicles Act, 1988 (59 of 1988);

(u)"courier agency" means any person engaged in the door-to-door transportation of time-sensitive documents, goods or articles utilising the services of a person, either directly or indirectly, to carry or accompany such documents, goods or articles;

(v) "Customs station" shall have the same meaning as assigned to it in clause (13) of section 2 of the Customs Act, 1962 (52 of 1962);

(w) "declared tariff" includes charges for all amenities provided in the unit of accommodation (given on rent for stay) like furniture, air-conditioner, refrigerators or any other amenities, but without excluding any discount offered on the published charges for such unit;

(x) "distributor or selling agent" means an individual or a firm or a body corporate or other legal entity under law so appointed by the Organising State through an agreement to market and sell lotteries on behalf of the Organising State;

(y) "educational institution" means an institution providing services by way of,-

(i) pre-school education and education up to higher secondary school or equivalent;

(ii) education as a part of a curriculum for obtaining a qualification recognised by any law for the time being in force;

(iii) education as a part of an approved vocational education course;

(z) "electricity transmission or distribution utility" means the Central Electricity Authority; a State Electricity Board; the Central Transmission Utility or a State Transmission Utility notified under the Electricity Act, 2003 (36 of 2003); or a distribution or transmission licensee under the said Act, or any other entity entrusted with such function by the Central Government or, as the case may be, the State Government;

(za) "e-rickshaw" means a special purpose battery powered vehicle of power not exceeding 4000 watts, having three wheels for carrying goods or passengers, as the case may be, for hire or reward, manufactured, constructed or adapted, equipped and maintained in accordance with such specifications, as may be prescribed in this behalf;

(zb) "general insurance business" has the same meaning as assigned to it in clause (g) of section 3 of the General Insurance Business (Nationalisation) Act, 1972 (57 of 1972);

(zc) "general public" means the body of people at large sufficiently defined by some common quality of public or impersonal nature;

(zd) "goods carriage" has the same meaning as assigned to it in clause (14) of section 2 of the Motor Vehicles Act, 1988 (59 of 1988);

(ze) "goods transport agency" means any person who provides service in relation to transport of goods by road and issues consignment note, by whatever name called;

(zf) "governmental authority" has the same meaning as assigned to it in the *Explanation* to clause (16) of section 2 of the Integrated Goods and Services Tax Act, 2017 (13 of 2017);

(zg) "health care services" means any service by way of diagnosis or treatment or care for illness, injury, deformity, abnormality or pregnancy in any recognised system of medicines in India and includes services by way of transportation of the patient to and from a clinical establishment, but does not include hair transplant or cosmetic or plastic surgery, except when undertaken to restore or to reconstruct anatomy or functions of body affected due to congenital defects, developmental abnormalities, injury or trauma;

(zh) "incubatee" means an entrepreneur located within the premises of a Technology Business Incubator or Science and Technology Entrepreneurship Park recognised by the National Science and Technology Entrepreneurship Development Board (NSTEDB) of the Department of Science and Technology, Government of India and who has entered into an agreement with the Technology Business Incubator or the Science and Technology Entrepreneurship Park to enable himself to develop and produce hi-tech and innovative products;

(zi) "inland waterway" means national waterways as defined in clause (h) of section 2 of the Inland Waterways Authority of India Act, 1985 (82 of 1985) or other waterway on any inland water, as defined in clause (b) of section 2 of the Inland Vessels Act, 1917 (1 of 1917);

(zj) "insurance company" means a company carrying on life insurance business or general insurance business;

(zk) "interest" means interest payable in any manner in respect of any moneys borrowed or debt incurred (including a deposit, claim or other similar right or obligation) but does not include any service fee or other charge in respect of the moneys borrowed or debt incurred or in respect of any credit facility which has not been utilised;

(zl) "intermediary" has the same meaning as assigned to it in sub-section (13) of section 2 of the Integrated Goods and Services Tax Act, 2017;

(zm) "legal service" means any service provided in relation to advice, consultancy or assistance in any branch of law, in any manner and includes representational services before any court, tribunal or authority;

(zn) "life insurance business" has the same meaning as assigned to it in clause (11) of section 2 of the Insurance Act, 1938 (4 of 1938);

(zo) "life micro-insurance product" shall have the same meaning as assigned to it in clause (e) of regulation 2 of the Insurance Regulatory and Development Authority (Micro-insurance) Regulations, 2005;

(zp) "metered cab" means any contract carriage on which an automatic device, of the type and make approved under the relevant rules by the State Transport Authority, is fitted which indicates reading of the fare chargeable at any moment and that is charged accordingly under the conditions of its permit issued under the Motor Vehicles Act, 1988 (59 of 1988) and the rules made thereunder (but does not include radio taxi);

(zq)"national park" has the same meaning as assigned to it in clause (21) of the section 2 of theWild Life (Protection) Act, 1972 (53 of 1972);

(zr) "online information and database access or retrieval services" shall have the same meaning as assigned to it in clause (17) of the section 2of the Integrated goods and Services Tax Act,2017(13 of 2017);

(zs) "original works" means- all new constructions;

(i) all types of additions and alterations to abandoned or damaged structures on land that are required to make them workable;
(ii) erection, commissioning or installation of plant, machinery or equipment or structures, whether pre-fabricated or otherwise;

(zt) "print media" means,—

(i) 'book' as defined in sub-section (1) of section 1 of the Press and Registration of Books Act, 1867 (25 of 1867), but does not include business directories, yellow pages and trade catalogues which are primarily meant for commercial purposes;

(ii) 'newspaper' as defined in sub-section (1) of section 1 of the Press and Registration of Books Act, 1867 (25 of 1867);

(zu) "port" has the same meaning as assigned to it in clause (q) of section 2 of the Major Port Trusts Act, 1963 (38 of 1963) or in clause (4) of section 3 of the Indian Ports Act, 1908 (15 of 1908);

(zv) "radio taxi" means a taxi including a radio cab, by whatever name called, which is in two-way radio communication with a central control office and is enabled for tracking using the Global Positioning System or General Packet Radio Service;

(zw) "recognised sporting event" means any sporting event,-

(i) organised by a recognised sports body where the participating team or individual represent any district, state, zone or country;

(ii) organised -

(A) by a national sports federation, or its affiliated federations, where the participating teams or individuals represent any district, state or zone;

(B) by Association of Indian Universities, Inter-University Sports Board, School Games Federation of India, All India Sports Council for the Deaf, Paralympic Committee of India or Special Olympics Bharat;

(C) by Central Civil Services Cultural and Sports Board;

(D) as part of national games, by Indian Olympic Association; or

(E) under Panchayat Yuva Kreeda Aur Khel Abhiyaan (PYKKA) Scheme;

(zx) "recognised sports body" means –

(i) the Indian Olympic Association;

(ii) Sports Authority of India;

(iii) a national sports federation recognised by the Ministry of Sports and Youth Affairs of the Central Government, and its affiliate federations;

(iv) national sports promotion organisations recognised by the Ministry of Sports and Youth Affairs of the Central Government;

(v) the International Olympic Association or a federation recognised by the International Olympic Association; or

(vi) a federation or a body which regulates a sport at international level and its affiliated federations or bodies regulating a sport in India;

(zy) "religious place" means a place which is primarily meant for conduct of prayers or worship pertaining to a religion, meditation, or spirituality;

(zz) "renting in relation to immovable property" means allowing, permitting or granting access, entry, occupation, use or any such facility, wholly or partly, in an immovable property, with or without the transfer of possession or control of the said immovable property and includes letting, leasing, licensing or other similar arrangements in respect of immovable property;

(zza) "Reserve Bank of India" means the bank established under section 3 of the Reserve Bank of India Act, 1934 (2 of 1934);

(zzb) "residential complex" means any complex comprising of a building or buildings, having more than one single residential unit;

(zzc) "rural area" means the area comprised in a village as defined in land revenue records, excluding-

the area under any municipal committee, municipal corporation, town area committee, cantonment board or notified area committee; or any area that may be notified as an urban area by the Central Government or a State Government;

(zzd) "senior advocate" has the same meaning as assigned to it in section 16 of the Advocates Act, 1961 (25 of 1961);

(zze) "single residential unit" means a self-contained residential unit which is designed for use, wholly or principally, for residential purposes for one family;

(zzf) "special category States" shall mean the States as specified in sub-clause (g) of clause (4) of article 279A of the Constitution,

(zzg) "specified organisation" shall mean,-

(i) Kumaon Mandal Vikas Nigam Limited, a Government of Uttarakhand Undertaking; or

(ii) 'Committee' or 'State Committee' as defined in section 2 of the Haj Committee Act, 2002 (35 of 2002);

(zzh) "stage carriage" shall have the same meaning as assigned to it in clause (40) of section 2 of the Motor Vehicles Act, 1988 (59 of 1988);

(zzi) "State Electricity Board" means the Board constituted under section 5 of the Electricity (Supply) Act, 1948 (54 of 1948);

(zzj) "State Transmission Utility" shall have the same meaning as assigned to it in clause (67) of section 2 of the Electricity Act, 2003 (36 of 2003);

(zzk) "state transport undertaking" has the same meaning as assigned to it in clause (42) of section 2 of the Motor Vehicles Act, 1988 (59 of 1988);

(zzl) "tiger reserve" has the same meaning as assigned to it in clause (e) of section 38K of the Wild Life (Protection) Act, 1972 (53 of 1972);

(zzm) "tour operator" means any person engaged in the business of planning, scheduling, organizing, arranging tours (which may include arrangements for accommodation, sightseeing or other similar services) by any mode of transport, and includes any person engaged in the business of operating tours;

(zzn) "trade union" has the same meaning as assigned to it in clause (h) of section 2 of the Trade Unions Act,1926(16 of 1926);

(zzo) "vessel" has the same meaning as assigned to it in clause (z) of section 2 of the Major Port Trusts Act, 1963 (38 of 1963);

(zzp) "wildlife sanctuary" means a sanctuary as defined in the clause (26) of the section 2 of The Wild Life (Protection) Act, 1972 (53 of 1972);

(zzq) "zoo" has the same meaning as assigned to it in the clause (39) of the section 2 of the Wild Life (Protection) Act, 1972 (53 of 1972).

3. *Explanation*.- For the purposes of this notification,-

(i) Reference to "Chapter", "Section" or "Heading", wherever they occur, unless the context otherwise requires, shall mean respectively as "Chapter, "Section" and "Heading" in the scheme of classification of services.

(ii) Chapter, Section, Heading, Group, or Service Code mentioned in Column (2) of the Table are only indicative.

4. This notification shall come into force on the 1st day of July, 2017.

[F. No.334/1/2017 -TRU]

(Ruchi Bisht)
Under Secretary to the Government of India

[TO BE PUBLISHED IN PART II, SECTION 3, SUB-SECTION (i) OF THE GAZETTE OF INDIA, EXTRAORDINARY]

GOVERNMENT OF INDIA
MINISTRY OF FINANCE
(Department of Revenue)

Notification No.8/2017-Central Tax (Rate)

New Delhi, the 28th June, 2017

G.S.R. (E).- In exercise of the powers conferred by sub-section (1) of section 11 of the Central Goods and Services Tax Act, 2017 (12 of 2017), the Central Government, on being satisfied that it is necessary in the public interest so to do, on the recommendations of the Council, hereby exempts intra-State supplies of goods or services or both received by a registered person from any supplier, who is not registered, from the whole of the central tax leviable thereon under sub-section (4) of section 9 of the Central Goods and Services Tax Act, 2017 (12 of 2017):

Provided that the said exemption shall not be applicable where the aggregate value of such supplies of goods or service or both received by a registered person from any or all the suppliers, who is or are not registered, exceeds five thousand rupees in a day.

2. This notification shall come into force with effect from the 1st day of July, 2017.

[F.No.354/117/2017-TRU]

(Mohit Tewari)
Under Secretary to the Government of India

[TO BE PUBLISHED IN PART II, SECTION 3, SUB-SECTION (i) OF THE GAZETTE OF INDIA, EXTRAORDINARY]

GOVERNMENT OF INDIA
MINISTRY OF FINANCE
(Department of Revenue)

Notification No. 8/2017-Central Tax

New Delhi, the 27th June, 2017

G.S.R. (E).- In exercise of the powers conferred under the proviso to sub-section (1) of section 10 of the Central Goods and Services Tax Act, 2017 (12 of 2017) (hereinafter referred to as the said Act), the Central Government, on the recommendations of the Council, hereby prescribes that an eligible registered person, whose aggregate turnover in the preceding financial year did not exceed seventy five lakh rupees, may opt to pay, in lieu of the central tax payable by him, an amount calculated at the rate of,—

(i) one per cent. of the turnover in State in case of a manufacturer,
(ii) two and a half per cent. of the turnover in State in case of persons engaged in making supplies referred to in clause (b) of paragraph 6 of Schedule II of the said Act, and
(iii) half per cent. of the turnover in State in case of other suppliers:

Provided that the aggregate turnover in the preceding financial year shall be fifty lakh rupees in the case of an eligible registered person, registered under section 25 of the said Act, in any following States, namely: -

(i) Arunachal Pradesh,
(ii) Assam,
(iii) Manipur,
(iv) Meghalaya,
(v) Mizoram,
(vi) Nagaland,
(vii) Sikkim,
(viii) Tripura,
(ix) Himachal Pradesh:

Provided further that the registered person shall not be eligible to opt for composition levy under sub-section (1) of section 10 of the said Act if such person is a manufacturer of the goods, the description of which is specified in column (3) of the Table below and falling under the tariff item, sub-heading, heading or Chapter, as the case may be, as specified in the corresponding entry in column (2) of the said Table:-

TABLE

S. No.	**Tariff item, sub-heading, heading or Chapter**	**Description**
(1)	**(2)**	**(3)**
1.	2105 00 00	Ice cream and other edible ice, whether or not containing cocoa.
2.	2106 90 20	Pan masala
3.	24	All goods, i.e. Tobacco and manufactured tobacco substitutes

Explanation. –

(1) In this Table, "tariff item", "sub-heading", "heading" and "chapter" shall mean respectively a tariff item, sub-heading, heading and chapter as specified in the First Schedule to the Customs Tariff Act, 1975 (51 of 1975).

(2) The rules for the interpretation of the First Schedule to the said Customs Tariff Act, 1975 (51 of 1975), including the Section and Chapter Notes and the General Explanatory Notes of the First Schedule shall, so far as may be, apply to the interpretation of this notification.

[F.No.354/117/2017-TRU]

(Mohit Tewari)
Under Secretary to the Government of India

[TO BE PUBLISHED IN THE GAZETTE OF INDIA, EXTRAORDINARY, PART II, SECTION 3, SUB-SECTION (i)]

Government of India

Ministry of Finance

(Department of Revenue)

Notification No. 13/2017- Central Tax (Rate)

New Delhi, the 28th June, 2017

GSR......(E).- In exercise of the powers conferred by sub-section (3) of section 9 of the Central Goods and Services Tax Act, 2017 (12 of 2017), the Central Government on the recommendations of the Council hereby notifies that on categories of supply of services mentioned in column (2) of the Table below, supplied by a person as specified in column (3) of the said Table, the whole of central tax leviable under section 9 of the said Central Goods and Services Tax Act, shall be paid on reverse charge basis by the recipient of the such services as specified in column (4) of the said Table:-

Table

Sl. No.	**Category of Supply of Services**	**Supplier of service**	**Recipient of Service**
(1)	**(2)**	**(3)**	**(4)**
1	Supply of Services by a goods transport agency (GTA) in respect of transportation of goods by road to- (a) any factory registered under or governed by the Factories Act, 1948(63 of 1948);or (b) any society registered under the Societies Registration Act, 1860 (21 of 1860) or under any other law for the time being in force in any part of India; or (c) any co-operative society established by or under any law; or (d) any person registered under the	Goods Transport Agency (GTA)	(a) Any factory registered under or governed by the Factories Act, 1948(63 of 1948); or (b) any society registered under the Societies Registration Act, 1860 (21 of 1860) or under any other law for the time being in force in any part of India; or (c) any co-operative society established by or under any law; or (d) any person registered under the Central Goods and Services Tax Act or the Integrated Goods and Services Tax Act or the State Goods and Services Tax Act or the

	Central Goods and Services Tax Act or the Integrated Goods and Services Tax Act or the State Goods and Services Tax Act or the Union Territory Goods and Services Tax Act; or (e) any body corporate established, by or under any law; or (f) any partnership firm whether registered or not under any law including association of persons; or (g) any casual taxable person.		Union Territory Goods and Services Tax Act; or (e) any body corporate established, by or under any law; or (f) any partnership firm whether registered or not under any law including association of persons; or (g) any casual taxable person; located in the taxable territory.
2	Services supplied by an individual advocate including a senior advocate by way of representational services before any court, tribunal or authority, directly or indirectly, to any business entity located in the taxable territory, including where contract for provision of such service has been entered through another advocate or a firm of advocates, or by a firm of advocates, by way of legal services, to a business entity.	An individual advocate including a senior advocate or firm of advocates.	Any business entity located in the taxable territory.
3	Services supplied by an arbitral tribunal to a business entity.	An arbitral tribunal.	Any business entity located in the taxable territory.
4	Services provided by way of sponsorship to any body corporate or partnership firm.	Any person	Any body corporate or partnership firm located in the taxable territory.
5	Services supplied by the Central Government, State Government, Union territory or local authority to a business entity excluding, - (1) renting of immovable property, and (2) services specified below- (i) services by the Department of Posts by way of speed post, express parcel post, life insurance, and	Central Government, State Government, Union territory or local authority	Any business entity located in the taxable territory.

	agency services provided to a person other than Central Government, State Government or Union territory or local authority; (ii) services in relation to an aircraft or a vessel, inside or outside the precincts of a port or an airport; (iii) transport of goods or passengers.		
6	Services supplied by a director of a company or a body corporate to the said company or the body corporate.	A director of a company or a body corporate	The company or a body corporate located in the taxable territory.
7	Services supplied by an insurance agent to any person carrying on insurance business.	An insurance agent	Any person carrying on insurance business, located in the taxable territory.
8	Services supplied by a recovery agent to a banking company or a financial institution or a non-banking financial company.	A recovery agent	A banking company or a financial institution or a non-banking financial company, located in the taxable territory.
9	Supply of services by an author, music composer, photographer, artist or the like by way of transfer or permitting the use or enjoyment of a copyright covered under clause (a) of sub-section (1) of section 13 of the Copyright Act, 1957 relating to original literary, dramatic, musical or artistic works to a publisher, music company, producer or the like.	Author or music composer, photographer, artist, or the like	Publisher, music company, producer or the like, located in the taxable territory.

Explanation.- For purpose of this notification,-

(a)The person who pays or is liable to pay freight for the transportation of goods by road in goods carriage, located in the taxable territory shall be treated as the person who receives the service for the purpose of this notification.

(b) "Body Corporate" has the same meaning as assigned to it in clause (11) of section 2 of the Companies Act, 2013.

(c) the business entity located in the taxable territory who is litigant, applicant or petitioner, as the case may be, shall be treated as the person who receives the legal services for the purpose of this notification.

(d) the words and expressions used and not defined in this notification but defined in the Central Goods and Services Tax Act, the Integrated Goods and Services Tax Act, and the Union Territory Goods and Services Tax Act shall have the same meanings as assigned to them in those Acts.

2. This notification shall come into force on the 1st day of July, 2017.

[F. No. 334/1/2017- TRU]

(Ruchi Bisht)

Under Secretary to the Government of India

लेखक परिचय

ॲड. गोविंद यशवंत पटवर्धन
बी.कॉम., एलएलबी.

- कर सल्लागार म्हणून १९७३ पासून स्वतंत्र प्रॅक्टिस
- इन्कम टॅक्स व सेल्स टॅक्स प्रॅक्टिशनर्स असोसिएशन, पुणेचे २००३ मध्ये अध्यक्ष
- महाराष्ट्र चेंबर ऑफ कॉमर्स, इंडस्ट्रीज अँड ॲग्रिकल्चर संस्थेच्या राज्यस्तरीय कर समितीचे अनेक वर्षे चेअरमन
- विविध व्यापारी संस्थांमध्ये करसंबंधित विषयांवर व्याख्याने, मूल्यवर्धित कर (VAT) तसेच स्थानिक संस्था कर (LBT) या विषयांवर आधारित विविध परिसंवादात तज्ज्ञ सहभाग,
- विविध वृत्तपत्रांमध्ये विविध करविषयक मार्गदर्शक लेख प्रकाशित
- विक्री कर विभागातर्फे जीएसटीशी करकायद्यासाठी निमंत्रित चर्चागटाचे सन्माननीय सदस्य
- ऑल इंडिया फेडरेशन ऑफ टॅक्स प्रॅक्टिशनर्स कॉन्फरन्समध्ये उत्कृष्ट शोधनिबंधाचे पारितोषिक प्राप्त
- विविध समाजसेवी संघटनांच्या समित्यांचे सक्रिय व सन्माननीय सभासद
- करविषयक मार्गदर्शक पुस्तके प्रकाशित

www.ingramcontent.com/pod-product-compliance
Lightning Source LLC
LaVergne TN
LVHW082036051026
849532LV00011B/3373

* 9 7 8 9 3 8 6 2 0 4 6 6 0 *